ஆதிமங்கலத்து விசேஷங்கள்!

க.சீ.சிவகுமார்

டிஸ்கவரி பப்ளிகேஷன்ஸ்
எண்: 9, பிளாட் எண்: 1080A, ரோஹிணி பிளாட்ஸ்
முனுசாமி சாலை, கே.கே.நகர் மேற்கு,
சென்னை - 600 078. பேச: 99404 46650

ஆதிமங்கலத்து விசேஷங்கள்! (கட்டுரைகள்)
ஆசிரியர்: க.சீ.சிவகுமார்
காப்புரிமை: சாந்தி ராணி சிவகுமார்©

Aathimangalathu Viseshangal (Essays)
Author: **Ka.Si.Sivakumar**
Copyrights: **Shanthi Rani Sivakumar** ©
Print in India

Edition 1st 2019, 2nd: Mar - 2025
ISBN: 978 - 93 - 86555 - 96 - 0
Pages - 128
Rs.160

Publisher • Sales Rights

Discovery Publications
No. 9, Plot,1080A, Rohini Flats,
Munusamy Salai,
K.K.Nagar West, Chennai - 78.
Tamilnadu, India.
Mobile: +91 99404 46650

Discovery Book Palace (P) Ltd
No. 1055-B, Munusamy Salai,
K.K.Nagar West,
Chennai-600 078.
Mobile: +91 87545 07070

discoverybookpalace@gmail.com / www.discoverybookpalace.com

இந்த நூலில் பிரசுரமாகியுள்ள எந்த ஒரு பகுதியையும் எழுத்துபூர்வமான முன்அனுமதி பெறாமல் எடுத்தாள்வதோ, மறுபிரசுரம் செய்வதோ, மொழியாக்கம் செய்வதோ, ஊடகங்களில் மறுபதிப்புச் செய்வதோ, காப்புரிமைச் சட்டப்படி தடை செய்யப்பட்டுள்ளது. இந்த நூலிலிருந்து சில பகுதிகளை மேற்கோள்காட்டி நூல்அறிமுகம் செய்யலாம்.

உங்கள் மொபைல் போனிலிருந்து ஸ்கேன் செய்து 'டிஸ்கவரி புக் பேலஸ்' மொபைல் ஆப்பை டவுன்லோடு செய்து, புத்தகங்களை வாங்குங்கள்.

இந்நூல்
பொருத்தப்பாடு கருதி
தாமஸ் ஆல்வா எடிசனுக்கும்,
கருதாக் கனிகள் தரும் வைப்பாற்றங்கரைக்கும்

அறிவியலும் ஆதிமங்கலமும்!

ஆதிமங்கலம் என்பது நம் அனைவரின் ஊரும்தான். நம் பாட்டன், பூட்டனின் வாழ்க்கைக் காலம்தொட்டு நமது சிறுபிராயம் வரை தொடர்ந்த சில சம்பவங்கள் ஆதிமங்கலத்திலும் நடந்திருக்கின்றன, அவ்வளவே!

அறிவியலின் ஆச்சர்யமான கண்டுபிடிப்புகளைத் தொடர்ந்து நிகழ்ந்தேறிய ஆச்சர்யகரமான மாற்றங்களை, மெலிதான புனைவோடு விவரிக்கும் முயற்சியே இது. செவிவழிச் செய்திகளிலிருந்தும், கிடைக்கப்பெற்ற சில ஆவணங்களிலிருந்தும், இன்னமும் சாட்சிகளாக இருக்கின்ற பெரியவர்களிடமிருந்து பெறப்பட்ட ஆதாரங்களின் அடிப்படையிலும் இந்த ஆதிமங்கலம் உங்கள் கண்முன் விரிகிறது.

ஆதிமங்கலம்... சிறிய கிராமம். மழை பெய்தால் பெருகி ஓடுகிற காட்டாற்றின் கரையில் அமைந்துள்ளது. செம்மறியாடுகள், வெள்ளாடுகள், பால் கறவைகள், கலப்பை, மழை, சூரியன், பருவங்கள் மற்றும் குலதெய்வங்களை நம்பி வாழ்ந்துவந்த எளிய மக்கள் இங்கே!

உலகின் எந்தச் சிறு இடத்தில் ஒருபொருள் கண்டுபிடிக்கப் பட்டாலும், அதன் தேவைகளை அனுசரித்து அது பரவலாக பயன்பாட்டுக்கு வந்துவிடுகிறது. அப்படியே ஆதிமங்கலத்துக்குள்ளும் அந்த அறிவியல் கருவிகள் நுழைகின்றன. புதுவரவுகளில் ஏற்படுகிற துள்ளல்கள், துக்கங்கள், மிரட்சிகள் யாவற்றையும் இந்தக் கிராமத்து மக்கள் அடைகின்றனர்.

அதோ, ஊருக்கு முன்னதாக உள்ள எல்லை இட்டேரியைக் கடந்து முதன்முதலாக ஒரு பஸ் ஆதிமங்கலத்துக்குள் நுழைகிறது. அதன் பேரிரைச்சலில் மிரண்டு சாலையோரச் செம்மறியாடுகள் சிதறி ஓடுகின்றன. அந்தப் பேருந்திலிருந்து தொடங்கும் பயணத்தில் ஆதிமங்கலத்துக்கு உங்களை அழைக்க விரும்புகிறேன்.

'அகர முதல எழுத்தெல்லாம் கூடி முயங்கப் பெறின்' கிடைக்கக் கூடிய கோடானு சாத்தியங்களில் ஒன்றாக 'ஆதிமங்கலத்து விசேஷங்கள்' நேர்ந்தது.

'ஆதிமங்கலம்' என்கிற ஊர், விநோதமான சேர்க்கையாக என்னில் முகிழ்த்தபோது 'திருமங்கலம், வடபாதிமங்கலம்போல இதுவும் தமிழ்நாட்டில் எங்காவது இருக்கும் என்றே நம்பினேன். ஆனால், இதுவரை ஆதிமங்கலம் இருப்பதான தகவலை நான் அடையவில்லை. இதுகுறித்து என்னால் மகிழ்ச்சி அடைய இயலவில்லை.

சம்பவங்கள் நடக்க ஒரு பகைப்புலம் அவசியமென்பதால், புவிச்சூழல் அளவில் நான் நன்கறிந்த எனது ஊரான கன்னிவாடியை (ஈரோடு மாவட்டம்) மானசீக மையமாக வைத்து எழுதத் தொடங்கினேன். அது கனரா வங்கிப் பெயர்ப்பலகையில் தமிழில் கன்னி வாடி என்றும் இந்தியில் 'கண்ணி வாடி' என்றும் எழுதப்பட்ட ஊராகும். ஆகவே, அந்தப் பலகையில் ஆங்கிலம், 'தான் ஏற்றுக்கொண்டது இரண்டு சுழியா... மூன்று சுழியா?' என்று காட்டமுடியாமல், இந்திக்கும் தமிழுக்கும் நடுவில் தடுமாறிக் கொண்டுதான் இருக்கும்.

சுழித்தோடும் ஜீவநதி எதையும் எங்கள் ஊர் பெற்றிருக்கவில்லை. ஆனால் நதியிலும் படுகையிலும் பனை, சீமைக்கருவேலம், எருக்கம், காட்டாமணக்கு ஆகியவற்றையே கொண்ட காட்டாறு ஊரில் உண்டு. நதியை நம்பியிராத வானம் பார்த்த பூமியைச் சேர்ந்த மக்கள்தான் நாம் பார்க்கப்போகிறவர்கள். ஆயினும் நதிக்கு ஒரு பேர் உண்டு... 'அண்ட மாநதி'.

'இங்கில்லாதது எங்குமில்லை. எங்குமில்லாதது இங்கில்லை' என்ற பெரும் புரிதலை இந் நதி வழங்குகிறது. ஆகவேதான் 'ஆதிமங்கலம்' இப் புவிப்பரப்பின் எந்த ஊராகவும் இருக்கலாம் என்பதை ஒப்புக்கொள்ள வேண்டியுள்ளது. அண்ட மாந்தியைப் போலவே எல்லையற்ற, கரையற்ற மகிழ்ச்சியைத் தெரிவித்துக் கொள்கிறேன்.

இந்த ஊர் உதயமாவதற்கு எழுதுங்கரமாக என்னை நியமித்த காலத்துக்கும் தமிழுக்கும் விகடனுக்கும் எந்நாளும் நன்றிகள்.

இது ஜூனியர் விகடனில் தொடராக வெளிவந்தபோது, வார்த்தைகளுக்கு அப்பால் உள்ள பகுதிகளில் ஒளியூட்டிய ஓவியர் மருதுவின் தூரிகைமேல் கலைசார் அன்பு மிகுகிறது.

கருவிகள் நிறைந்த உலகில், என் நதிக்கரையில் குருவிகள் சலசலக்கும் மரத்தடியில் நிற்கிறேன் எப்போதும். ஓடாத நதிக்கரையில் பாடாத பாட்டொன்றுண்டு...

'நதி பெருகும் காலத்தில் நாம் சந்திப்போம். அல்லால், நாம் சந்திக்கும் காலங்களில் நதி பெருகும்.'

கன்னிவாடி சீரங்கராயன் சிவகுமார்

கிராமத்து விருந்தாளிகள்

பஸ்	7
மின்சாரம்	11
சினிமா	15
மோட்டார் பைக்	20
தபாலாபீசு	24
தந்தி	28
ரேடியோ	33
கடிகாரம்	40
கார்	45
டார்ச் லைட்	50
டெலிபோன்	55
லவுட் ஸ்பீக்கர்	60
லாட்டரிச் சீட்டு	65
ஸ்டவ்	71
மதுக்கடை	76
ஆஸ்பத்திரி	82
அழைப்புமணி	88
பாங்க்	93
கிரைண்டர்	99
துப்பாக்கி	104
ஸ்டுடியோ	109
தொலைக்காட்சி	114
சல்வார் கம்மீஸ்	119
செல்போன்	126

பஸ்

பொருள் வருவதற்குமுன்பே அதுபற்றிய செய்திகள் அநேகமாக ஊருக்குள் வந்துவிடுகின்றன. பொருள் அல்லது சாதனத்தின் பயனையும் சிலர் அனுபவித்துவிடுகின்றனர். வெளியூர் பயணங்கள் இந்தவகையில் உதவி செய்கின்றன. பக்கத்திலுள்ள பெருநகரங்களுக்குச் சென்று வந்தவர்களில் சிலர் பஸ்ஸில் போய்விட்டு வந்தவர்கள் உண்டு. அவர்கள் 'பஸ்'ஸை 'கார்' என்ற பெயரிலேயே அழைத்தனர்.

பஸ் வருவதற்கு முன்னதாக, ஊரின் புகழ்பெற்ற வாகனங்கள் பெரியவீட்டுக்காரர் வைத்திருந்த குதிரைவண்டியும், வண்டிக்காரச் செம்பட்டையனுடைய மாட்டுவண்டியும்தான். எவ்வளவு பாரம் ஏற்றினாலும் அச்சு முறிந்துவிடாத உறுதியான மரங்களால் உருவானது அந்த மாட்டுவண்டி. ரோஷமான காரியும் மயிலையுமான இரு எருதுகள், பக்கம்பாட்டுச் சந்தைகளுக்குச் சென்றுவருவதும் ஊரின் தேவைகளை ஈடுசெய்வதாகவும் இருந்தன. நல்ல கிராக்கிதான் செம்பட்டைக்கு. உலகில் எதன்மீதும் கருத்துச் சொல்லும் வல்லமையும் செம்பட்டைக்கு உண்டு. நாடு சுதந்திரம் பெற்ற செய்தியை அறிந்திருந்த அவர், காந்திக்குப் பிறகு இந்தியா வெள்ளையரிடம் பறிபோகும் என்று கருத்துக் கணிப்பு கூறிவந்தார். காந்திஜி இறந்துபோனதை செம்பட்டை அறிந்திருக்கவில்லை. ஆதிமங்கலம் இரு நகரங்களுக்கு இடையே இருந்தது. கிழக்கே உள்ளது சரித்திரகால தலைநகர். மேற்கே உள்ளது புராணகால தலைநகர்.

சரித்திரகால நகர்பற்றி சங்கப் பாடலிலும், புராணகால நகர்பற்றி மகாபாரத கீசக வதத்திலும் நாம் அறியலாம். ஆக, காலாட்படைகள் நடந்த பாதையில் கார் வரும் காலம் வந்துவிட்டது.

ஆதிமங்கலத்துக்கு வந்தது டீசல் பஸ்தான். வண்டியின் பின்னால் கரி போட்டு ஸ்டார்ட்டிங் கோல் சுழற்றிப் புறப்படும் கரிவண்டிகள் அப்போதுதான் வழக்கொழிந்திருந்தன.

பஸ்ஸின் முதலாவது வருகை, செம்மறி ஆடுகள் முதலான கால் நடைகளை மிரட்சி அடைய வைத்தது. வேலியை அழித்துக்கொண்டு ஓடிய அவற்றைத் தேடி மீட்டுவர உழவர்கள் மணிக்கணக்கில் செலவு செய்யவேண்டி வந்தது. தனது மாடுகள் பஸ் சத்தத்துக்குப் பழகும்வரை செம்பட்டை பஸ்ஸை எதிரியாகவே பாவித்தார்.

பாதையை ஒட்டி வீட்டின் முன்பாகக் கட்டில் போட்டு படுத்து வந்த ராமசாமி, கிடக்கையை வீட்டுக்கு உள்ளேயே வைத்துக் கொண்டார். ஆனால், இரவில் பஸ் ஊருக்குள் வரவில்லை என்பது வேறுவிஷயம். பேருந்தின் வரத்தும் போக்கும் நாள் ஒன்றுக்கு ஒருமுறைதான் என்றபோதும், ஊர் சதா நேரமும் அதை எதிர் பார்த்துக் காத்து இருப்பதாகத் தோன்றியது. பஸ்ஸைக் கண்டவுடன் செம்பட்டை கேட்ட முதல் கேள்வி, “இதுக்குள்ள எருதுகளை எங்ஙன நிறுத்தி வச்சிருக்காங்க?” என்பதே. அருகிலிருந்த செண்பகராமன், டீசல் என்ற தண்ணியின் மகத்துவத்தை எடுத்துச்சொல்லி, அதன் பயன்பாட்டையும் எடுத்து இயம்பினார். செம்பட்டைக்கு முழுதும் விளங்கவில்லை.

இந்த வண்டி எப்படித்தான் ஓடுதுனு பாத்துடணும் என்று ஆகிவிட்டது செம்பட்டைக்கு.

இதற்கிடையில், தன் மகளது ஊர் வரைக்கும் காரிலேயே போகலாம் என்ற செய்தியைக் கேள்விப்பட்டு, வேலம்மா கிழவி பஸ் ஏறிவிட்டாள். மகள் மூலனூரிலிருந்து ஒட்டன்சத்திரம் போகும் தடத்திலுள்ள கீரனூரில் வாழ்க்கைப்பட்டு இருக்கிறாள்.

“மூலனூர்ல இறங்கு, அங்கே இருந்தீனா ஒட்டன்சத்திரம்னு போட்டு ஒரு கார் வரும்... விசாரிச்சிக்கிட்டு அதுல ஏறிக்கோ ‘கீரனூர்ல இறக்கிவிடு’னு கிளீனர்கிட்டச் சொன்னா, அவன் இறக்கி வுட்டுருவான்” என்று டீக்கடைவாசிகளால் தெளிவாக அவளிடம் சொல்லியனுப்பப்பட்டது.

மூலனூரில் அவள் ரொம்ப நேரம் காத்திருந்தும் ஒட்டன்சத்திரம் பஸ் வரவேயில்லை. அதற்குள் இவள் பயணித்த பேருந்தே தாராபுரம் போய் திரும்பிவிட்டது. கண்டக்டர், கிழவி பஸ்ஸுக்குக் காத்திருக்கிறாள் என யூகித்து, “ஏம்மா எந்த ஊரு?” என்றார். “எந்த ஊருக்குப் போகணும்?” என்று அவர் தெளிவாகக் கேட்காதது வினையாகிவிட்டது. கிழவி, தான் ஆதிமங்கலத்துக்காரி என்பதனால் “ஆதிமங்கலம்” என்று கூறிவிட்டாள். “அப்படின்னா ஏறு!” என கண்டக்டர் சொன்னதும் பஸ்ஸில் ஏறி அமர்ந்தாள். பஸ் கிளம்பியது.

பயணத்தடம் நெடுக கிழவி, 'ஐ... நம்ம மக ஊருக்குப் போற வழி நம்ம ஊருக்குப் போற வழியாட்டமே இருக்கே' என்றும், 'இந்த இடம் நாலு கால் குட்டை மாதிரியே இருக்கே... இந்த ஊர் காதக்கோட்டையாட்டமே இருக்கே' என வியந்துகொண்டே இருந்தாள்.

வண்டி ஆதிமங்கலம் வந்து நின்றபோது, 'இது நம்ம ஊராட்டமே இருக்கே' என வியந்து கொண்டிருந்தவளை கண்டக்டர், "ஏம்மா ஊர் வந்தாச்சு இறங்கு" என இறக்கிவிட்டார். இவ்விதம் கீரனூர் போக இருந்தவள் ஆதிமங்கலமே வந்தடைந்து, காலமுள்ள காலம் வரை கண்டக்டரை திட்டிக் கொண்டிருந்தாள்.

"கிளீனராம் கிளீனரு... கிறுக்குப்புடிச்ச கிளீனரு."

பேருந்தை முன்னிட்டு அந்த வழித்தடத்தில் செல்வாக்குப் பெற்றவர்கள் என பஸ் ஓனர் நீங்கலாக இரண்டுபேரைச் சொல்லலாம். ஒருவர், கொளத்துப்பாளையம் மணியக்காரர். அவருக்காக பஸ் பத்து நிமிடத்திலிருந்து முக்கால் மணி நேரம் வரை அவர் வீட்டுமுன் தினந்தோறும் காத்திருந்தது. பஸ்ஸைப் பார்த்துவிட்டு குளிக்கச்சென்று புறப்பட்டுவரும் நாட்களும் உண்டு. வீட்டு வாசல்படிக்கு நெருங்கியே பஸ் நிற்குமாதலால் பஸ்ஸில் உறைவோர்க்கு, அன்னார் இடுப்புக்குமேல் திறந்த திருமேனியாக உலவும் கோலம்கூட சமயங்களில் காணக் கிடைக்கும்.

அவர் பஸ் ஏறுகையில் பஸ்ஸுக்குள் கிசுகிசுப்பு கேட்கும்- கட்டியம் போல... "மணியார்ரு வர்றாங்க... மணியார்ரு வர்றாங்க!" பேருந்து வசதி வாய்த்ததாலோ என்னவோ, அவர் தாராபுரம் சித்ராவுத்தன்பாளையம் கிராமப் பரப்பிலமைந்த தாலூகா கோர்ட்டில் நிதமும் வில்லங்கங்கள் இருக்கிறமாதிரி தனது சோலித்திட்டத்தை அமைத்துக் கொண்டார். அவர் வராத நாட்களில் பஸ் நின்றால் அல்லக்கைகள் வந்து, "ஐயா வர்ல" என்று தகவல் கூறுவர். அந்நாட்களில் சாமியில்லாத ரதம்போல பஸ் ஏமாற்றத்துடன் பயணிக்கும்.

புகழ்பெற்ற இன்னொரு ஆசாமி... 'ஜப்பர்' என்றறியப்பட்ட அப்துல் ஜப்பார். மேற்படி பஸ்ஸின் டிரைவர். இவரை பி.ஏ. படித்த ஆதிமங்கலத்து உலகநாதன், தன் கல்வி அறிவின் காரணமாக அழைக்கும் பெயர் ஜாஃபர்.

தொப்பி அணிந்த ஜப்பாருக்கு வண்டி நிற்குமிடமெல்லாம் தேநீர் உபசரிப்பு உண்டு. பேருந்து நிறுத்தமுள்ள எல்லா இடங்களிலும் டீக்கடையும் வந்திருந்தது அப்போது. ஜப்பார் சம்மதித்தால் டீயை அவருக்குப் புகட்டிவிடவும் இளைஞர்கள் தயாராய் இருந்தனர். வாலிபர்களின் பிரிய நாயகனாகத் திகழ்ந்தார். பெண்கள் பலர் அவர்மேல் ஏக்கமுற்றிருந்ததும் மறுக்கவியலா உண்மை என்றபோதும், ஜப்பார் தன் கவர்ச்சியைத் தவறுகளுக்காகப் பிரயோகிக்கவில்லை. ஜப்பார்

ஆதிமங்கலத்தில் கிழக்கு நோக்கிய பயணத்தில் சாயாவுக்காக இறங்கிய அதேநேரம் செம்பட்டை பஸ் ஏறி முன்னாடி உட்கார்ந்துகொண்டார். அவருக்கு அது லட்சியப்பயணம். பஸ் ஓடுகிற சூட்சுமத்தைக் கண்டுபிடித்துவிட வேண்டும். அவ்வளவுதான், இதற்காகவே கரூர் வரை டிக்கெட் எடுத்துப் போய்வரத் தயாராகிவிட்டார்.

ஸ்டியரிங்கை உற்றுப் பார்த்துவிட்டு முணுமுணுத்தார், 'ஓ... இதுதான் இந்த வண்டிக்குக் கயிறுபோல இருக்கு.' ஜப்பார் வண்டியேறி ரேடியேட்டர் மேலிருந்த தொப்பியை இடதுகையால் எடுத்து, தலையில் மாட்டிக்கொண்டே வலது கையால் வண்டியை ஸ்டார்ட் செய்தார். வண்டி சின்னதாராபுரம், காசிப்பாளையம், தும்பிவாடி, ஆனூர் ஆகிய இடங்களில் நின்று சென்றது. நிறுத்தம் வந்தவுடன் வலது கையால் இஞ்சினை அணைக்கிற அதேநேரம், இடதுகையால் தொப்பியை எடுத்து ரேடியேட்டர்மீது வைப்பார் ஜப்பார்.

'மாடுகளக் காலால் எத்தற மாதிரித்தான் இந்த ஆளும் என்னமோ பண்றான். ஆனா, சாட்டை இல்லாமல் சமாளிக்கறானேப்பா... இவ்வளவு பெரிய வண்டியை' என மனதுக்குள் வியந்தார் செம்பட்டை. கரூர் சென்று ஊர் திரும்பும் வரை செம்பட்டையின் கண்காணிப்புத் தொடர்ந்தது. தொப்பி ரேடியேட்டர்மீது வைக்கப் படும்போது இஞ்சின் அணைவதும், அது எடுக்கப்படும்போது இஞ்சின் உறுமுவதும் துல்லியமாக நடந்துகொண்டிருந்தன.

செம்பட்டை, ஜப்பாரின் இடதுகையைக் கவனித்த நேரம் வலது கையின் இயக்கத்தைக் கவனிக்கத் தவறியிருந்தார். ஆதிமங்கலத்தில் வெற்றி விஞ்ஞானியைப் போல இறங்கிய வண்டிக்கார செம்பட்டை, பேருந்தின் இயக்கம்பற்றி அறிவித்தது இப்படித்தான். "முன்னால வச்சிருக்கிற தொப்பீல இருக்குடா விஷயம். அத எடுத்து முன்னாடி வச்சா வண்டி நின்னுடுது. எடுத்து தலைல மாட்டினாக்க வண்டி கிளம்பிடுது."

•

மின்சாரம்

ஆதிமங்கலத்தில் இரவு மிக நீளமாக உணரப்பட்டது. இரவிலும் பகலிலும் சுவர்க்கோழிகளின் ரீங்காரம்தான் அநேகமாக பின்னணி இசை. அநேக கிராமங்கள்போல அதுவும் மாலை மங்கியதும் இருட்டெனும் கடலுக்குள் அமிழ்ந்துவிடும். ஊருக்கே ஒளியூட்ட பகவதியம்மன் கோயில்முன்பு ஒரு தூணும், தலைவாசலுக்கு முன்னால் ஒரு தூணும் இருந்தன. அவை விளக்குத் தூண்கள்.

செல்லான்தான் விளக்குகளுக்கு எண்ணெய் ஊற்றுவதும் ஒளியூட்டுவதும். கைரேகை மங்கும் கருக்கலில் வந்து அவற்றுக்குத் தீ பொருத்துவான். சுடராகப்பட்டது கண்ணாடிப் பெட்டகத்தினுள் ஒளிரும். அந்தக் கண்ணாடிக் கூண்டு, மேலே செல்லச்செல்ல சற்றே விரி வாங்குகிற செவ்வகமாகும். அதன் மேற்பரப்பில் விளிம்பு கட்டிய முக்கோணத் தகரங்கள் பொருத்தி மூடியிருக்க, கூம்பிய அதன் மேல்தோற்றத்திலும் மேலாக துருப்பிடித்த தகரத்தாலான பூ ஒன்று கவிழ்க்கப்பட்டு இருக்கும்.

அந்தப் பூவின் காம்பு, வானத்தை குறிவைத்து நீட்டியபடி ஈட்டிக் கூர்மையுடன் இருக்கும். கீழே விளக்கில் சுடர் எரிந்தாலும் இரவில் நிலவொளியில்தான் அது தன் இருப்பைத் தெரிவிக்கும். என்றேனும் ஒருநாள் நிலவை குத்திக் கிழித்துவிடக்கூடும் என்ற தோற்றத்தை அந்தப் பூவின் காம்பு காட்டுகிறது. எட்டடி உயரமுள்ள கல்தூண்களின்மீது அந்த ஒளிப்பெட்டிகள் இருந்தன. தீப்பொருத்த வசதியாக இடுப்புயர இரும்பு ஏணிகள் கல்தூணோடு பிணைக்கப்பட்டு இருந்தன. பகல் தொடங்கி பறவைகள் அணையும் நேரம்வரை ஏணியும் கம்பமும்

குழந்தைகளின் விளையாட்டில் வசீகரப் பங்குவகித்தன. சுடர்கள் கணத்துக்குக் கணம் புதியவைதான்.

அன்றைக்கு தலைவாசலில் ஒரு 'புதிய ஒளி' பற்றிப் பேச்சு வந்தது. பக்கத்துப் பெரிய ஊரான சின்னதாராபுரம் போய்விட்டு வந்திருந்த அய்யாக்கண்ணு, புதிதாக வந்திருந்த 'கரன்ட்'டை பல்பின் ரூபத்தில் கண்டுவிட்டு வந்திருந்தார். அவர் வயர்களை 'எலிவால் மாதிரி இருக்குதப்பா' என்று வர்ணித்தார்.

"உள்ளங் கையச்சோண்டு கருப்புப் பொட்டி ஒண்ணு. அதுல ஆட்டுப்புழுக்கைமாதிரி ஒண்ணு நீட்டிக்கிட்டு இருக்குது. அதக் கீழே தள்ளுனா பளீர்னு எரியுது. புழுக்கைய மேல தள்ளுனா அவிஞ்சிருது. என்ன மாயமோப்பா... கண்ணாடில புடிச்ச கம்ம மாவு மாதிரி உருண்டையா இருக்குதப்பா எரியறது. அதுக்குப் பேரு லயிட்டாம். வைகாசிப் பகல் மாதிரி வெளிச்சமப்பா... கண்ணு கூசுது!"

அய்யாக்கண்ணு விவரித்த விதம்கண்டு ஒளிவெள்ளம் பற்றிய கனவில் பலர் மிதந்தாலும், காரியப் படகு விட்டவர்கள் இரண்டே இரண்டு பேர்தான். வரதராஜும் சிவன்காளையும். கரன்டு ஆபீஸ் மூலனூரில் இருந்தது. இருவரும் சென்று ஆபீஸரைப் பார்த்தார்கள்.

மின்சார உபயோகர்கள் இருவரில் வரதராஜு மின்சாரத்தை சிக்கனமாகப் புழங்கினார். சிவன்காளை வீட்டில் நடந்தது துஷ்பிரயோகம். அங்கே இருபத்தி நாலு மணித்தியாலமும் சகல பல்புகளும் எரிந்து வந்தன.

மின்சாரம், நாடெங்கும் மின் வேகத்தில் பரவி வருவதாகவும் விரைவில் ஆதிமங்கலத்துக்கேகூட ஆபீஸே வந்துவிடுமென்றும் அவர் சொன்னார். விரைவில் இருவர் வீட்டுக்கும் மின்சாரம் கிடைக்கும் என்றுகூறி டெபாசிட் தொகை வாங்கிக்கொண்டு அனுப்பிவைத்தார். ஒரு வாரத்துக்குள்ளாகவே கம்பம் நடுவதற்குக் குழிதோண்ட ஆட்கள் வந்தனர்.

வந்த ஆட்களுக்கு தண்ணீர், கருப்பட்டிக் காப்பி, நீர் மோர், பானகம் என ஊர்ப் பெண்கள் உபசரித்தனர். செம்பட்டையின் மாட்டு வண்டியில் கம்பங்கள் நடைக்கு ஒன்றாக மூலனூரிலிருந்து வந்து சேர்ந்தன. குழிகளில் கம்பத்தை இறக்கி நிறுத்த ஊரார் ஒத்துழைத்தும்கூட கரன்டுக்காரர்கள் மிக சிரமப்பட்டனர்.

கம்பத்தை நிறுத்திய கையோடு 'கரன்ட்' கணேசன் அந்த வாசகத்தை சோர்வின் ஆழத்திலிருந்து வெளிப்படுத்தினான். "வக்கத்தவனுக்கு வாத்தியார் வேல. போக்கத்தவனுக்குப் போலீஸ் வேல. கதியத்தவனுக்கு கரன்டாபீஸ் வேல."

இரண்டு வீடுகளுக்கும் மின்சார இணைப்புத் தந்தவர்கள், கூடுதலாக தலைவாசலில் பொதுவிளக்கு ஒன்றுக்கும் கம்பம் நிறுவி கனெக்ஷன் கொடுத்தனர்.

செல்லானின் ஒளியேற்றும் வேலை பறிபோனது அப்போது இருந்துதான். முந்தைய ஒளியன் என்கிற அடிப்படையில் செல்லானிடம் புதுவிளக்கு பற்றிய விளக்கத்தை எதிர்பார்த்தனர். “மேல தெரியறது கம்பி இல்லீங்க. அது குழாயி. நமக்கு மெயின் ஆபீஸ உடுமலைப்பேட்டைதானுங்களே. அங்கிருந்து எண்ணெய் ஊத்திவிட்டுருவாங்க. அது இங்க வந்து எரியுது பாருங்க. திரியக் கொளுத்தறதுக்குப் பதிலாத்தேன் சுச்சைப் போடறது” என்று செல்லான் கூறியதும், பொந்தன் நம்பிவிட்டான்.

அந்த ராத்திரியே ‘ஆளரவம் ஓய்ந்ததா’ என்று பார்த்துவிட்டு ஒரு குண்டாவை இடுப்பில் வரிச்சல் போட்டுக் கட்டிக்கொண்டு ரம்பத்தையும் எடுத்துக்கொண்டு கம்பத்தின்மீது ஏறத் தலைப்பட்டான் பொந்தன்.

நல்லவேளையாக நாராயணசாமி அங்கே வந்து தடுத்தாட்கொண்டார். அவர் ‘கரன்ட்’ பற்றி அறிந்தவர். மறுநாள் ‘கரன்ட்’ கணேசனிடம், “இத பாருப்பா! முதல்ல நீ பாக்கற ஆளுக்கிட்டயெல்லாம் கரன்டைப் பத்தி சொல்லி வைக்கணும். வெட்டியா சாகத் திரியறாங்க” என்று கேட்டுக்கொண்டார். கணேசன் அடுத்து மின்சாரத்தின் ஆளைத் தூக்கியடிக்கும் ‘பவர்’ பற்றி பிரசங்கம் பண்ண ஆரம்பித்துவிட்டான்.

வீடுகளுக்கு மின்சாரம் வாங்கிய இருவீட்டுப் பெண்களுக்கும், வருகிறவர்களுக்கு காபி வைத்து தருவது பெரிய வேலையாகிவிட்டது. காபி வைப்பதுகூட இரண்டாவது வேலைதான். முதல் வேலை சுவிட்சுகளைப் போட்டுக் காட்டுவது. விளக்குகள் எரிந்தணைவதையும் அணைந்தெரிவதையும் கண்ட மக்கள், ‘இது எப்படி? இது எப்படி!’ என மனமார வியந்தனர்.

சிவன்காளையும் வரதராஜுவும் கரன்டு வாங்கியதும், ‘ஆஹா, நம்ம பவுசுக்கு இழுக்காச்சே’ என ஊர் மணியார்ரும் கணக்கப்பிள்ளையும் உடனே கரன்டாபீஸ் போய்ப் பணம் கட்டிவிட்டு வந்தனர்.

மின்சார உபயோகர்கள் இருவரில் வரதராஜு மின்சாரத்தைச் சிக்கனமாகப் புழங்கினர். சிவன்காளை வீட்டில் நடந்தது துஷ்பிரயோகம். அங்கே இருபத்தி நாலு மணித்தியாலமும் சகல பல்புகளும் எரிந்து வந்தன.

வரதராஜு ஒரு செவ்வாய்க்கிழமை தாராபுரம் சந்தைக்குச் சென்றுவிட்டு அகாலத்தில் வீடு திரும்பினார். இரவு ஒரு மணிக்கு

சிவன்காளை வீட்டில் ஜெகஜோதியாய் விளக்கெரியக் கண்டு வீட்டினுள் எட்டிப் பார்த்தார்.

வீடு ஆழ்ந்த துயிலில் இருந்தது. கதவைத் தட்டவும் விழித்துக் கொண்ட சிவன்காளை, கேள்வியுடன் திறந்தார்.

"என்னண்ணே, இந்த நேரத்துல?"

"வீடே தீப்புடிச்ச மாதிரி லைட் எரியுதே, அதான் என்னனு பார்த்துட்டுப் போகலாம்னு வந்தேன்!"

இதற்கு சிவன்காளை சொன்ன பதில், வரதராஜுவை மூர்ச்சையடைய வைக்கவில்லை. எனினும் ஒரு கணமாவது மூச்சை நிறுத்தியது. "அத ஏண்ணே கேக்கறீங்க. என் வீட்டுக்காரிக்கு இப்பல்லாம் லைட் வெளிச்சம் இல்லைனா தூக்கம் வாரதில்ல."

"அது சரிப்பா, இதுக்கெல்லாம் யாரு காசு கட்டறது?"

"காசா? அதான் முத அன்னிக்கே நீங்களும் நானும் கரன்டாபீஸ்ல கட்டிட்டம்ல?"

"சண்டாளா! அன்னிக்குக் கட்டினது டெபாஸிட். இனிமேப்பட்டு நம்ம எரிக்கிற அளவு பாத்து, மாசாமாசம் பணம் கட்டணும். பில் வரும் பார்த்துக்கோ."

வரதராஜு சொல்லி முடித்த மறுகணம் இருவரும் இருளில் நின்றனர். சிவன்காளை விரைந்து சென்று சுவிட்சை அணைத்த வேகம், மின்சார வேகத்துக்கு எள்ளளவும் குறைவில்லாததே. அதன்பிறகு மாலையில் சிறிதுநேரம் மட்டும் மங்கிய பல்ப் ஒன்று சிவன்காளை வீட்டில் எரிவதை ஊர் பார்த்தது.

அந்த ஒற்றைவிளக்கு, பல்பைக் கண்டுபிடித்தவரை பாராட்டுவது போலவும், மின்சாரத்தைக் கண்டுபிடித்தவரை ஏளனம் செய்வது போலவும் வெகுநாள் எரிந்தது.

•

சினிமா

அங்கப்ப முதலியார் சினிமா கொட்டகை கட்டப்போகிறார் என்ற செய்தி ஆதிமங்கலத்தை ஆட்டுவித்தது.

"நம்மூருக்குக் கொட்டாய் வருதாமா!" என்று பேச்சு ஆரம்பித்ததும் நிமிட அடைவில், அதன்மீது கற்பனைகள் பூக்கத் தொடங்கின.

"நடிக்கிறவங்க எல்லாரும் ஒரு சின்னப் பொட்டிக்குள்ளாற உட்கார்ந்து வருவாங்க!" என்று செல்லப்பனால் சொல்லப்பட்டது. நத்தக்காட்டில் கொட்டகைக்கு அஸ்திவாரம் பறித்து வேலையாகிக் கொண்டிருந்தபோது, ஆதிமங்கலம் மட்டுமல்லாது அசலூர்களில் இருந்தும் ஆட்கள் அதை வேடிக்கை பார்க்க வந்தவண்ணம் இருந்தனர்.

சின்னதாராபுரத்துக்கோ, மூலனூருக்கோ கொட்டகை வருவதற்குச் சற்றுமுன்னமே ஆதிமங்கலத்துக்குக் கொட்டகை வந்தது ஆச்சரியம்தான்.

ஆதிமங்கலத்தில் திரையிடப்பட்ட திரைப்பட வரிசையும் ஆச்சரியத்தை அதிகரிக்கிறதே தவிர, குறைக்கவில்லை!

முதல் ஆறு படங்கள் இவ்வண்ணமாக கருப்பு-வெள்ளையில் அங்கு திரையிடப்பட்டன. 1.மிஸியம்மா, 2.மனோகரா, 3.மர்மயோகி, 4.தேவதாஸ், 5.சிவகவி, 6.மலைக்கள்ளன்.

சௌந்தராம்பிகை திரையரங்கம் தொடங்க ஒரு வாரம் முன்னதாகச் செம்பட்டையின் மாட்டுவண்டி இருபக்கமும் படத்தின் போஸ்டரைத் தட்டி கட்டி ஒட்டிக்கொண்டு, உள்ளே உட்கார்ந்து தமுக்கும் அடித்துக்கொண்டு ஊர் ஊராகப் போய் வந்தது. 'இரவுகளில்

மட்டும் இரு காட்சிகள்' என அறிவிக்கப்பட்டது. போஸ்டர்கள் தாராபுரத்தில் அச்சாகி வந்தன.

திரையிடப்படுவதாகச் சொன்ன நாளன்று காலையிலிருந்தே பக்கத்து ஊர்களின் மாட்டுவண்டி வரவு தொடங்கிவிட்டது. மாட்டுச் சாணத்தின் வெப்பமான உரத்தின் மணம் நத்தக்காட்டில் பரவியது. மிக விரைவில் அந்த மைதானப் பரப்பு, 'அத்திக்கோம்பை மாட்டுத்தாவணி'யை நினைவுபடுத்த ஆரம்பித்தது.

முதல் காட்சியின்போது திரையைப் பார்க்காமல், ஆபரேட்டர் ரூமைப் பார்த்து அமர்ந்தவர்கள் இரண்டுபேர். புரொஜெக்டர் ரூமில் இருந்து கிளம்பிவரும் புகையை மட்டும் தரிசித்து, வசனத்தைச் செவிமடுத்தவர்கள் மலைச்சாமியும் மீனாட்சிசுந்தரமும்தான்.

மலைச்சாமி எளிய ஆள் என்பதால், அருகில் உள்ளவர்கள் தலையைத் தலையைத் தட்டிப் பார்த்தார்கள். அவன் மசியவில்லை என விட்டுவிட்டு, படம் பார்க்க ஆரம்பித்தனர்.

மீனாட்சிசுந்தரம் மரியாதைப்பட்டவர். புராண இதிகாசங்களில் கல்வி, கேள்வி உண்டு. சாஸ்திர காரியங்களுக்கு வியாக்கியானமும் சொல்ல வல்லவர். அவரை யாரும் தலையில் தட்டவில்லை!

முதல் பாகம் முடிந்து கொட்டகையில் விளக்கு எரிந்தபோது, "யப்பா மலைச்சாமி... படம் பார்க்கணும்னா, இப்படித் திரும்பி உட்காரணும்ப்பா!" என்று சொன்னதும் ஒப்புக்கொண்டான். மீனாட்சிசுந்தரத்திடம் அருகில் அமர்ந்திருந்த வேலுச்சாமி தணிந்த குரலில், "ஏங்க... காட்சி முன்னால் நடக்குது! நீங்க அப்படித் திரும்பி உட்கார்ந்திருக்கீங்களே?" என வினவினார்.

ஒரேயொரு விநாடி மட்டும் ஏமாற்றம் மின்னிய முகத்தின் பாவத்தை உடனே மாற்றிக்கொண்டு, மீனாட்சிசுந்தரம் இப்படிச் சொன்னார்:

"ஹூம்... எனக்கு அது தெரியாமலா இருக்கு? உங்களுக்கு எல்லாம்தான் அப்படிப் பார்க்கணும்னு அவசியம். நான் மூலத்துல இருந்தே முழுசையும் உணர்ந்துடுவேன்!"

இந்தப் பதில் பிரசித்தி அடைந்தது. மீனாட்சிசுந்தரனார் "கேட்ட முதலும் கடைசியுமான படம் 'மிஸியம்மா'தான். பின்னாளில் அவர் சாமியாரானார்!

'மிஸியம்மா' ஓடி முடிவதற்குள் ஆபரேட்டர் ஆறுமுகம், இளைஞர்களை நண்பர்களாகப் பெற்று, பகல் போக்க ஆரம்பித்தான். ஆறுமுகத்தின் பகல்கள், தலையூர் ஆற்றுப்படுகையில் சீமைக்கருவேலம் மற்றும் நாணல்புதர்களிடையே சாராயமும் கோழிக்கறியுமாக

மணத்தன. சரக்கின் சகாயத்தால், ஆபரேட்டர் கேபினுக்குள் நுழையும் உரிமையையும் நான்கைந்துபேர் பெற்றிருந்தனர்!

'மர்மயோகி' படம் ஓட ஆரம்பித்த இருபதாவது நிமிடத்தில், ஃபிலிம் அறுந்து போய்விட்டது! அது தெரியாமல், ஆறுமுகமும் நண்பர்களும் சுவரில் சாய்ந்து, போதை மயக்கம் தீராது அவஸ்தையாக தவளையை விழுங்கின கோழிமாதிரி மூச்சு விட்டுக் கொண்டிருந்தனர். கொட்டகையில் விசில் அனல் பறந்தது.

ஆறுமுகம், "ராமச்சந்திரன் செல்வாக்கைப் பார்த்தியா? என்னிக்கிருந்தாலும் இவன் பெரிய ஆளா வருவான்!'' என்று நண்பர்களிடம் சொல்லிக்கொண்டிருந்தான்.

ரசிகக் குரல் தாளாமல் மானேஜர், ஆபரேட்டர் அறைக்குள் நுழைந்தார்.

அங்கே ஆறுமுகமும் சகாக்களும் கிடந்த திருக்கோலத்தையும் பார்த்தார். ராமச்சந்திரனை (எம்.ஜி.ஆர்.) அரைமணி நேரம் முடக்கி வைத்திருந்த ஆறுமுகம் வேலைநீக்கம் செய்யப்பட்டான்.

அடுத்த படத்தை ஓட்ட, கொடுமுடியிலிருந்து மகுடேஸ்வரன் என்ற பையன் வந்தான். அதுவரை எடுபிடியாக நின்று தொழில் கற்றுக்கொண்டிருந்தவன். குடிப்பழக்கம் இல்லாத அந்தப் புது ஆபரேட்டரின் வாழ்க்கை, 'தேவதாஸ்' படத்திலிருந்து தொடங்கியது.

'மகாதேவி' படத்தைப் பார்ப்பதற்கு சான்றோர்பாளையம் வெங்கடாசலபதி, காளிபாளையம் நிலச்சுவான்தார் கந்தசாமியையும் கூட்டிக்கொண்டு ஆதிமங்கலத்துக்கு வந்திருந்தார்.

கந்தசாமி, ஊர்ப் பஞ்சாயத்துத் தலைவர். எட்டுக்கல்லு விட்டெறியும் புஜபலம். கண்ணெதிரில் அநியாயம் அவருக்குக் காணச் சகியாது. கைத்தடியும் நரை தலையுமாக ஆஜானுபாகு. கனகம்பீரர். அவருக்கு 'மகாதேவி'தான் முதல் படம். சீட்டு வாங்கிக் கொண்டதும் நேராகத் தரை டிக்கெட் ஏரியா, 'தீ' என்று எழுதி பக்கெட்டில் தண்ணீரும் மண்ணும் வைத்த இடம் யாவும் தாண்டித் திரைக்கு அருகில் போய் நின்றுகொண்டு, "சேர் எங்கடா?" என்று கத்தினார்.

காட்சி தவறாமல் ஓசியில் படம் பார்க்கும் 'கரன்ட்' கணேசன் அருகில் சென்று, "ஐயா... இதெல்லாம் ஏழைபாழைங்க உட்கார்ந்து பார்க்கிற இடம். பாருங்கய்யா... எச்சி துப்பி, மண்ணு கூட்டி, மூத்திரம்கூட அடிச்சு வெச்சிருப்பாங்கய்யா... சேர் டிக்கெட்தானே வாங்குனீங்க! பின்னால போய் உட்காருங்கய்யா..." என பணிவாகச் சொல்லவும் சமாதானமானார்.

“அதுக்கில்லே தம்பி... நான் பாலாம்பா நாடகத்துல இருந்து சுந்தராம்பா நாடகம் வரைக்கும் பார்த்தவன். எல்லாத்தையும் முதல் வரிசையில உட்கார்ந்து பார்த்தவன். எங்க ஊருக்கு சுந்தரி செட் நடிக்க வந்தப்ப, ஆர்மோனியப் பெட்டிக்காரன்கிட்டவே உட்கார்ந்திருக்கேன்!” என்று சொல்லிக்கொண்டே நாற்காலி பக்கம் போனார்.

பெஞ்சுக்கு அப்புறம் வரும் முதல் வரிசையிலேயே தானும் அமர்ந்து, வெங்கிட்டுவையும் அமரவைத்தார். வெங்கடாசலத்துக்குக் கிலி தொற்றிக்கொண்டது. படம் தொடங்கி, ஓரிரு காட்சிகள் கடந்ததும் கந்தசாமி கேட்ட கேள்வி: “ஏய்யா... இவனுங்கள்ல ஒருத்தனுக்குமே கலர்ல துணிமணி கிடையாதா?” என்பதுதான்.

அவரை சினிமாவுக்கு அழைத்துவந்திருந்த வெங்கடாசலபதி, பட்டணத்துக்கெல்லாம் போய் சினிமா படங்களை பார்த்துவிட்டு வந்து, ஊருக்குள் அதைப்பற்றி மணிக்கணக்கில் மற்றவர்களிடம் சிலாகிப்பவர்.

அவர், “இதெல்லாம் கலர்ல தெரியக் கொஞ்சகாலம் ஆகும்!” என்று கந்தசாமிக்கு பதில் கொடுத்தார்.

பிறகு, கந்தசாமி படத்தில் மூழ்கிவிட்டார்! ‘மூழ்குதல்’ என்றால் அப்படியொரு மூழ்கல்! உணர்ச்சி வெள்ளம் தலைக்குமேல் சாண், முழம் எல்லாம் தாண்டி, பனை உயரம் போய்விட்டது! எம்.ஜி.ஆரும் பி.எஸ்.வீரப்பாவும் மோதும் கட்டம் வந்தது. கந்தசாமி எழுந்து நின்று கூச்சல் போட்டார்:

“ஏய்.. அடிச்சுக்காதீங்கப்பா... நிறுத்துங்க!”

“ஏண்டா... நானே சொல்றேன், கேட்கமாட்டீங்களா?”

சண்டை நீடித்தது. கந்தசாமியின் கையை வெங்கடாசலபதி பற்றினார். அதைத் தட்டிவிட்டுவிட்டு, ஜனக்கூட்டத்தை ஊடறுத்துக்கொண்டு தாவித் திரையருகே பாய்ந்தார் கந்தசாமி. எம்.ஜி.ஆருக்கும் எதிரிக்கும் இடையில் கைத்தடியால் ஒரு போடு போட்டார். திரை கிழிந்தது. தியேட்டர் குழம்பியது. மூச்சுவாங்க கந்தசாமி நின்றபோது, படம் நிறுத்தப்பட்டது.

கந்தசாமி, ‘மகாதேவி காலத்திலும் நிகழ் காலத்திலுமாக’ என ஒரே நேரத்தில் வாழ்ந்துகொண்டிருந்தார். ஆபரேட்டர், வாட்ச்மேன், மானேஜர், வெங்கடாசலபதி, ‘கரன்ட்’ கணேசன் மற்றும் பலர் கந்தசாமியின் அருகில் சென்றனர்.

கந்தசாமி புன்னகையுடன் தன் நண்பரைப் பார்த்துப் பெருமிதத்துடன் சொன்னார்: “ரெண்டு போடு போட்டதும் பயலுக போன இடமே தெரியலே... பார்த்தியா?”

கந்தசாமியை மெதுவாக அணைத்து, மெல்லப் பேசிக்கொண்டே கொட்டகைக்கு வெளியே வந்தார் வெங்கடாசலபதி.

மானேஜர், 'கரன்ட்' கணேசனிடம் கேட்டுக்கொண்டார்: "வெள்ளை நூல் ஒரு கண்டு வேணும்... கூடவே, சேலை தைக்கிற ஊசியும் வேணும்!"

பூரானை நினைவுபடுத்தும் வடுவுடன், தையல் போடப்பட்ட திரை கொஞ்சநாட்கள் ஆதிமங்கலத்தில் நீடித்தது. பிறகு, சற்றுத் தரங்கூடிய திரை வாங்கப்பட்டது.

திரைகள் மாறிக்கொண்டே இருந்தாலும், திரையை நிஜமென நம்புகிறவர்கள் எப்போதும் இருக்கிறார்கள் - திரைக்கு உள்ளேயும் வெளியேயும்!

•

மோட்டார் பைக்

ஆலங்கட்டி மழை பெய்வதுபோலவோ, அமில மழை பெய்வது போலவோ முன்னறிவிப்பில்லாமல் சிலவற்றின் வருகைகளும் நடந்தேறிவிடுகின்றன. ஆதிமங்கலத்தில் மோட்டார் பைக் நுழைந்தது அப்படித்தான்.

ஓர் ஆஜானுபாகுவான ஆசாமி அதை ஓட்டி வந்தார். எங்கிருந்து வருகிறார், எங்கே போகிறார் என எதுவும் தெரியவில்லை. தொடுவானத்தைப் பொத்துக்கொண்டு வெளிவந்து, அதன் மறுகூரையைக் கிழித்துக்கொண்டு மறையப்போகிறவர்போலக் காட்சியளித்தார்.

ஊரே அயர்வான மந்தத்தில் இருந்த மத்தியானவேளை. 'தடத்தடத்தட' என பெரும் ஓசை. டீக்கடையில் அமர்ந்திருந்த கிட்டு எழுந்து மூச்சடைத்தவண்ணம் எட்டிப் பார்த்தார். பைக்கின் வருகையைக் கண்டு சாலையோரம் பொன்னுசாமி போட்டு வைத்திருந்த வைக்கோல் படப்பினுள் ஓடிப்போய் ஒண்டினார். கிட்டுவுக்கு முன்னரே ஓர் உருவம் மூச்சிறைத்துக்கொண்டு உட்கார்ந்திருந்தது. அது கோணை வீட்டு மாணிக்கம். இருவரும் திகைப்புடன் ஒருவரை ஒருவர் பார்த்துக்கொண்டு, பிறகு இடியுடன் கூடிய கருப்பு மின்னல் கடந்து போய்விட்டது.

மாணிக்கம், "இதென்னடாது?" என்றார்.

"தெரியல, இது ஏதோ எருமைக்கும் பன்னிக்கும் பொறந்தது மாதிரி இருக்குது. ஆனா, அதுல ஒரு ஆள் உட்காந்து அத்தனை வேகம் போறானே."

இருவரும் டீக்கடைக்கு வந்தபோது அங்குள்ளோர் இருவரையும் பரிகசித்துச் சிரித்தாலும், அவர்கள் முகத்திலும் திகிலும் வியப்பும் விரவியிருந்தன. பைக் ஆசாமி இரண்டு தடவை கடந்து போனபோது, அவர் 'குண்டடம் ரத்தினசாமி' என்பது செய்தியாகித் தெரிந்துவிட்டது. கொஞ்சம் பயம் தெளிந்தாலும் சுவரோரமோ, வேலியோரமோ ஒண்டிநின்று வழிவிட்டனர்.

ரத்தினசாமி ஊருக்கு மேக்கால ஒரு நிமிடம் வண்டியை நிறுத்தி, 'உச்சா' போய்விட்டு, மறுபடி பைக்கை ஸ்டார்ட் செய்து போவதைப் பார்த்துவிட்ட காத்தமுத்து, தனது முடிவை டீக்கடையில் தெரிவித்தார்.

"அது எதோ மிருகந்தானப்பா. கம்முனு இருக்குது. அதுல ஏறி உக்காந்து ஒரு உதை குடுக்கறாம் பாரு... அதத் தாங்க முடியாமத்தான் 'படபடா'னு கிளம்பி ஓடுது. வலிதாங்காம ஓடியாற அதும் முன்னாடி நாம நின்னம்னு வை... தொலைஞ்சோம்... வெறி தாங்காத கழுதை என்ன செய்யும்னு யாருக்குத் தெரியும்? கவனமா வெலகி நின்னுக்கணும்ப்பா. ஆனா, எனக்கு ஒரேயொரு சந்தேகம்தான். இது வைக்கோலை திங்குதா, வேற ஏதாச்சியுமானு தெரியணும்!"

அக்கம் பக்கத்திலுள்ள கிராமங்களுக்கும் நகரங்களுக்கும் ஒவ்வொன்றாக பைக்குகள் வர ஆரம்பிக்க, மெல்ல மெல்ல பைக் ஆதிமங்கலத்தில் பரிச்சயமாகி வந்தது. அது ஒரு தானியங்கிதான் என்பது உறுதிப்பட்டபோது காத்தமுத்து அனைவரையும் முந்திக் கொண்டு அதற்கு 'டக் மோட்டார்' என்று பெயர் வைத்தார். ஊர்க்காரர்கள் பைக்கைத் தொட்டறிய வழிவகை செய்தவர், மூலனூர்க்காரரான கதிர்வேல்தான். அடிக்கடி ஆதிமங்கலம் வருவார். முருகன் டீக்கடையில் ஸ்டாண்டைப் போட்டு பைக்கை நிறுத்தியதும், "இந்த வண்டிய வச்சுச் சமாளிக்கறது மொணையான வேலைப்பா" என்று சடைந்து கொண்டுதான் பெஞ்சில் உட்கார்வார். ஆனால், அப்படி அலுத்துக்கொள்வதன் பின்னணியில் 350 கியூபிக் கெபாசிட்டி கர்வம் வழிந்துகொண்டிருப்பதை விவரமானவர்கள் உணரமுடியும். தேநீர் உள்ளே இறங்கும்போது, பைக்கும் தானும் சம்பந்தப்பட்ட கதைகளை எடுத்துவிடுவார்.

"தட்சணாமூர்த்தி எஸ்.ஐ.யவே பைக் பந்தயத்துல ஜெயிச்சேன். முத்தூர்ல ஒரு பொண்ணுகிட்ட சங்கிலியப் புடுங்கிக்கிட்டு ஒருத்தன் ஓடுனான். வாய்க்கால் வரப்பெல்லாம் வண்டியிலயே துரத்திப்போய் புடிச்சேனல்ல..." என்பதுபோல ஒரு மண்டல காலம் காற்றில் அலைகிறமாதிரி செய்திகள் சொல்வார்.

அவரது கூற்றுகளுக்கு மறுப்பும் கிடையாது, சாட்சிகளும் கிடையாது. கதிர்வேல் ஒரு தடவை வண்டியை நிறுத்தியிருந்தபோது காத்தமுத்துவின் ஏழுவயது மகன் செந்தில்வேல் ஆசையாக ஹாரனை அழுத்திப்

பார்த்தான். அது 'வீய்...' என்று தொடர்ந்து அலறியது. அவன் அதிர்ச்சியாகி அங்கேயே நின்று அழ ஆரம்பித்தான். கதிர்வேல் பைக் அருகில் வந்து பலரக முயற்சிகள் செய்து ஹாரனை நிறுத்தினார். அந்தப் புள்ளியில் அவரது மெக்கானிக் வாழ்க்கை தொடங்கிவிட்டது. மூலனூரின் முதல் டூவீலர் மெக்கானிக் அவர்தான் என்றாகிப்போய் தொழிலிலும் முன்னேறினார்.

கதிர்வேலின் பைக்குக்கு முன்னால் பெரியவீட்டு குதிரை வண்டி மவுசு இழந்துகொண்டிருந்தது. கதிர்வேலின் பைக் காரணமாக பெரிய வீட்டுக்காரரின் இருபத்திநாலு வயது மகன் சந்துரு என்கிற சந்திரசேகரன் வீட்டைவிட்டு ஓடிப்போக வேண்டி வந்தது, ஆசை விதித்த விதிதான். சந்துரு பைக் வாங்கித் தரச்சொல்லிக் கேட்டு தந்தையார் மறுக்கவும், ஊரைவிட்டு கோபித்துக்கொண்டு போனான்.

போனவன் குள்ளக்காளிபாளையத்திலுள்ள அத்தையின் வீட்டுக்குச் சென்றான். அத்தையும் அவனுக்காக பைக்கை விலை பேச உடன்பிறப்பிடம் தூண்டினாள். தங்கை சொன்னதற்காக கோரிக்கையை ஏற்றுக்கொண்ட 'பெரிய வீடு' ஒரு நிபந்தனை விதித்தார். "வாங்கித் தர்றதப் பத்தி ஒண்ணுமில்லம்மா. வாங்கிச் சும்மா வச்சிருக்கறமாதிரி ஆயிடக்கூடாது. அவனை கரூர் பழனிவேல்கிட்ட அனுப்பறேன். அவன்கிட்ட பைக் இருக்குல்ல. இவன் ஓட்டிப் பழகட்டும். உடனே வாங்கித் தந்துடறேன்."

கரூர் சென்ற ஒருவாரம் கழித்து மண்டையைத் தவிர மத்த பக்கமெல்லாம் சிராய்ப்பு வாங்கிக்கொண்டு ஊர் திரும்பினான். அவனால் பைக் ஓட்டக் கற்றுக்கொள்ள முடியவில்லை. ஆனால், ஊரில் அவன் உலவவிட்ட பைக் கனவு வீண் போகவில்லை. ஊருக்குள் சிலர் பைக் வாங்குவதை தங்கள் வாழ்க்கை லட்சியமாக்கிக்கொண்டு திரிந்தனர். கோயம்புத்தூரில் கல்லூரி படித்துக்கொண்டிருந்த உலகநாதன், படிப்பு முடிந்து ஊருக்குத் திரும்பியதே பைக்கில்தான்.

'பரீட்சைக்குப் பணம் கட்டணும்' என்று சொல்லியே பைக் வாங்க காசை மிச்சப்படுத்தினவன் உலகநாதன். பெயருக்கு முன்னாலும் பின்னாலும் இரண்டிரண்டு ஆங்கில எழுத்துகள் வருவதுமாதிரி கையெழுத்திட ஆரம்பித்தான். "A.M.உலகநாதன் B.A.' பைக்கில் தனக்குப் பின்னால் இரண்டு ஆட்கள் எப்பவும் அமரும்படி ஏற்பாடு செய்துகொண்டான். அது அவனது முயற்சிகள் இன்றியே எளிதாக அமைந்ததுதான்.

சேவல் கட்டுகள், கபாடிப் போட்டிகள், கரகாட்டங்கள் என பல இடங்களுக்கு வண்டி சென்று வந்தாலும், அவனது கல்யாணம் வரை அது பெண் வாசனையை நுகர்ந்திருக்கவில்லை என்பது தனி நற்செய்தி.

கல்லுக் கட்டில் வயசாளிகள் உட்கார்ந்து பேசிக்கொண்டு இருந்தார்கள். அப்போது ஏதோ ஒரு வெளியூர் பைக் கடந்துபோனது. உடனே ஆலாப்பாளையத்து அய்யன் ஆரம்பித்துவிட்டார்.

"நானெல்லாம் அந்தக் காலத்துலயே இதயெல்லாம் ஓட்டிப் பாத்துட்டேன். ஒரு வெள்ளைக்காரன் இதை எங்க ஊருக்குக் கொண்டுவந்திருந்தான். அவன் இல்லாத நேரம் எடுத்து முறுக்கினேன் பாரு... சர்ருனு கண்ணமூடி முழிக்கிறதுக்குள்ள சால்ரப்பட்டி போய்ட்டு வந்துட்டேன். ஊருக்கிட்ட வர்றப்ப உழுந்துட்டனப்பா. இதப்பாரு, அப்ப ஆனதுதே இந்தத் தழும்பு" என்று, வலது கால் குதிரைச் சதையருகே தடவிக் காட்டினார்.

அனைத்துக் கிழவர்களும் மறுபேச்சுப் பேசாமல் அவரது கூற்றை ஒப்புக்கொண்டார்கள். மஞ்சள் காமாலைக்காக வைத்த சூடு, அவரது இரு கால்களிலும் பிறைவடிவத் தழும்பாய் இருக்கும். ஆனால் ஆலாப்பாளையத்து அய்யனின் தொல்லை என்ன வென்றால், இந்த சாகசக் கதையைக் கூறும்போது ஒரு தடவை வலது காலையும், அடுத்த தடவை இடது காலையும் மாற்றி மாற்றிக் காட்டுவதுதான்.

கொஞ்சநேரத்தில் வாயில் சிகரெட் வைத்த உலகநாதனின் பைக், அந்த இடத்தைக் கடந்துபோனது. முத்துசாமியிடம் ஒரு பெரிசு, "வாரிசு போறாப்ல இருக்குதே?" என்று புன்னகையோடு சொல்லிமுடிக்கவும், முத்துசாமி பதிலளித்தார்: "ம்... கஷ்டப்பட்டுச் சம்பாதிச்சது. மேலயும் கீழயும் பொகையாப் போவுது."

அதைத் தொடர்ந்து அந்த இடத்தைக் கடந்தது... 'டொடக், டொடக்' என சந்துருவின் குதிரைவண்டி!

ஒரு பொருளை உத்தேசித்து முதன்முறையாகச் சிந்திக்கிறவர்களுக்கு, அது சிந்திக்காமலும் போகக்கூடுமென அந்தக் குதிரைக் குளம்படிகள் சொல்லிக்கொண்டிருந்தன.

•

தபாலாபீசு

மீசையாலேயே 'மிலிட்டரி' எனப் பெயரெடுத்திருந்த நேமிநாதனிடம் சென்று பொந்தன் கேட்டான்.

"ஏனுங்க! இந்தத் தபாலாபீசுனு ஒண்ணு வந்திருக்குதே. என்னமோ தபால்ங்கறாங்களே என்னங்க அது?"

"அதா... நீ இங்கே இருந்துகிட்டே யாருகிட்ட வேண்ணாலும் தகவல், சேதி சொல்லிக்கலாம்."

"அப்படியா! எந் தங்கச்சிக்கு ஒண்ணு சொல்லணுமே."

"எங்கூட வா" என்று, பொந்தனை எல்லை இட்டேரிக்கு அழைத்துச் சென்றான் நேமிநாதன்.

"என்ன சொல்லணும் சொல்லு?" என்று நேமி கேட்டதும் பொந்தன் சொன்னான்:

"தங்கச்சி! நம்ம கோட்டக்கரை ஆத்தா புண்ணியத்துல நல்லா இருப்பீனு நெனக்கறேன். உகாதி நோம்பிக்கி புள்ளைகளையும் கூட்டிக்கிட்டு கட்டாயம் வந்து சேந்துரு."

பொந்தனின் செய்தியை நேமிநாதன் மணலில் எழுதிவிட்டு, "இந்த எழுத்து ஒண்ணுவிடாம அள்ளி துண்டுல முடிஞ்சுக்க" என்றான்.

பொந்தன் மணலை ஒரு குமியாக துண்டில் முடிந்துகொண்டான்.

"சரி. ராத்திரி எல்லாருந் தூங்கவுட்டு இந்தத் துண்ட அவுத்து, மண்ணை தபாலாபீசு சிவப்புப் பொட்டி இருக்குது பாத்தியா... அதுக்குள்ள கொட்டிப்புடணும், என்ன?"

24 ஆதிமங்கலத்து விசேஷங்கள்!

பட்டுப்பூச்சிகள் உறங்கும் நடுஜாமத்தில் அன்று போஸ்ட் பாக்ஸுக்கு மண் நைவேத்யம் நடந்தது. அந்த இரவில் அந்த சிவந்த லிங்கம், சிவலிங்கமாகவே காட்சியளித்தது.

காலையில் போஸ்ட்மேன் பேச்சிமுத்து திட்டிக்கொண்டே மண்ணை கூட்டித் தள்ளினார்.

பொந்தனின் தங்கை யுகாதிப் பண்டிகைக்கு தானாக வந்து சேர்ந்தபோது, அவன் நினைத்துக்கொண்டான்: 'தபால் வேல செய்யுது.'

சின்ன தாராபுரத்திலிருந்து ஒரு கிளையைப் பிரித்துப் பதியன் போட்டு, அந்தக் கிளை அஞ்சலகத்தை ஆதிமங்கலத்தில் தொடங்கி யிருந்தார்கள். போஸ்ட் மாஸ்டராக நியமனம் ஆகும்போது வெறும் குப்புசாமியாக இருந்தவர், மறுநாளே 'ஏ.எஸ்.கே.' என்று ஆகிவிட்டார். அந்த இனிஷியலின் மகத்துவத்தை அஞ்சல்துறையே அறியும்.

முன்பெல்லாம் தபால் பை கொண்டுபோவோர் ஆளுயர ஈட்டியைக் கையில் பிடித்துக்கொண்டு துகுசு ஓட்டம் ஓடினர். ஈட்டியின் கழுத்தில் குஞ்சம்போல சலங்கைகள் கிணுகிணுத்தன.

தபால்களின் எடையைவிட எப்போதும் கூடுதலாகவே சாக்குப் பையின் எடை இருக்கும். அதைச் சுமந்தவர்கள் கும்பெனியாரின் ஆட்சிக்காலத்தில் 'கட்டுக்காரர்கள்' என்றழைக்கப்பட்டனர்.

வெள்ளையர் வெளியேறும் தருணம் வாய்க்கையில் அவர்களுக்கு ஆகிவந்த பெயர் 'ரன்னர்'.

ஆறலைக் கள்வர்கள் அலைந்த பூமி என்பதாலும் தபால் பையில் பணமும் உண்டு என்பதாலும் அவர்களுக்கு ஈட்டி தரப்பட்டது. ஆங்கிலத்திலும் சுருக்கமாக அவர்கள் பெயர் ஈ.டி.தான் (Extra department delivery Agent).

அஞ்சல் சேவை, குதிரை ஓட்டிகளுக்கென உருவாகியிருந்ததால் நிஜமாகவே அது பெரிய வீட்டு சந்துருவைச் சேர்ந்திருக்க வேண்டும். வண்டியில் போவதுகாணாதென முதுகுச்சவாரியும் செய்து வந்தவன் அவன்.

பேச்சிமுத்தைப் பொறுத்தவரை, அஞ்சல் பை என்பது ஒரு மஞ்சள் பைதான். அதைக் கையில் இடுக்கிக்கொண்டு ஈட்டியின்றி, ரத்தமின்றி சுந்தராபுரம் வலசு, மணலூர், பட்டுத்துறை, கோட்டப்பம்பாளையம், மூலச்சத்திரம் வரை தபால் விநியோகித்து வந்தார். பேச்சிமுத்துவுக்கு எழுத்தறிவும் கிடையாது. கடிதத்தை அவரிடம் கொடுத்து ஏ.எஸ்.கே., 'இன்னின்ன ஊருக்குப் போ' என்று சாட்டிவிடுவார். பேச்சிமுத்து மேற்படி ஊர்களுக்குச் சென்று மணியாரர் அல்லது கணக்குப்பிள்ளை வீடுகளில் காத்திருப்பார். மோரோ, காபியோ சமயத்தில் சாப்பாடோ

சாப்பிட்டுவிட்டுக் காத்திருந்தால், அவர்கள் வந்து இன்னின்னாருக்குக் கடிதம் என்று கூறுவார்கள். கடிதத்தைச் சேர்ப்பித்துவிட்டு அடுத்த ஊருக்குப் பயணமாவார்.

யுகாதி நோம்பி முடிந்து ஒருமாதம் கழித்து சித்திரைப் பகலில் பொந்தனை அழைத்தான் நேமிநாதன்.

"உனக்கொரு வேலை இருக்கு, செய்யறியா? சாயங்காலம் கூலி கிடைக்கும்."

"என்ன சொல்லுங்க?"

"தபாலாபீசுக்குப் போ. முன்னாடி இருக்கற புளியமரத்துக்கிட்ட உக்காந்துக்க. ஆளுக யாராவது போஸ்ட் ஆபீஸ் பக்கம் போனாகன்னா, நாக்க நீட்டிக் காட்டு."

"எதுக்கு?"

"ம்... அப்படிக் கேளு. இப்ப உன்னமாதிரி, என்னமாதிரி இல்லாம, காசு செலவுபண்ணி கடுதாசி போடறவங்களும் இருக்காங்கள்ல. அவங்க தபால் எழுதி ஸ்டாம்ப் ஒட்டுவாங்க. ஸ்டாம்ப் ஒட்ட ஈரப்பசை வேணும். நீ நாக்க நீட்டி உக்காந்தா, வர்றவங்க உன் நாக்குல தடவி தபால்ல ஒட்டுவாங்க."

"சரி, கூலி நீங்களே குடுத்துருவீங்கல்ல?"

"நானெதுக்குத் தர்றேன். ஏ.எஸ்.கே. குடுப்பாரு. அப்பறம் ஒரு விஷயம். எந்நேரமும் நாக்க நீட்ட வேண்டாம். நாக்கு உணந்து போயிடும். ஆளுக போறப்ப வர்றப்ப மட்டும் நீட்டினாபோதும், போ."

அடுத்த சிலநிமிடங்களில் பொந்தன் புளியமரத்தின்கீழ் நின்று, நேமிநாதன் சொன்னபடி செயல்பட ஆரம்பித்தான். மூலை வீட்டு அருக்காணியாத்தாள் பயந்து அலறியடித்துக்கொண்டு ஓடி மகனிடம் தகவல் சொன்னாள். யாரும் பொந்தனின் சேவையைப் பயன்படுத்திக் கொள்ளவில்லை.

பொந்தனின் நடவடிக்கையால் ஏ.எஸ்.கே. மிரண்டு போய்விட்டார். பேச்சிமுத்துவைக் கூப்பிட்டு, "ஏப்பா! பொந்தனைப் பாத்தா எனக்குப் பயமா இருக்குப்பா. சித்திரை வெய்யில் தாங்காம மண்ட இளகிருச்சோ என்னமோ... நாக்க நாக்க நீட்டிக் காட்டறாம்பா. என்னனு விசாரி" என்றார். பேச்சிமுத்து, பொந்தனை விசாரித்து, அவனுக்கு விளங்கவைத்து கடைசியில் "வீட்டுக்குப் போ" என்றார். பொந்தன் கிடை பெயர்ந்ததும் சட்டென ஏதோ ஒரு பொறிதட்டி, "இனிமே தபால் பொட்டியில மண்ணள்ளிப் போடாதே" என்றார்.

பொந்தன் "சரி" என்றான். இனி, அவன் ஏமாறத் தயாரில்லை-அதாவது நேமிநாதனிடம்.

ஏ.எஸ்.கே.விடம் பேச்சிமுத்து நடந்த விவரத்தைச் சொல்லவும் அவர் சிரிசிரியெனச் சிரித்துவிட்டு, "நல்லவேளை, ஏதும் பிசகிறுச்சோனு நெனச்சுட்டேன்" என்றார். உண்மையில், பிசகியது பழனிச்சாமிக்குத்தான். அஞ்சல் துறையின் சம்பளம் வாங்காத- ஊரின் நிஜமான 'ரன்னர்'.

பழனிச்சாமியின் அப்பா குமாரசாமி, முத்தூர் குப்பண்ணன் கோயிலுக்கு குதிரை உருவாரம் செய்துவைப்பதாக வேண்டிக் கொண்டிருந்தார். அதை அவர் நிறைவேற்ற இயலவில்லை. அதுபற்றிப் புலம்பிக்கொண்டே நிலைத்த விழிகளுடன் உயிர் துறக்கும்போது பழனிச்சாமி உடனிருந்தார். குமாரசாமியின் பதினாறாம் நாள் காரியம் முடிந்த இரவு, பழனிச்சாமியின் கனவில் சாமி வந்து அதட்டியது.

"நீதாண்டா குதிரை. ஓடி வாடா... ஓடி வாடா..."

முதன்முதலாக நள்ளிரவு நேரத்தில் குப்பண்ணன் கோயில் நோக்கி ஓட ஆரம்பித்தார். வெறுங்கால், காவி வேட்டி, கையில் பிரம்போடு... முட்களால் துளைக்கப்பெறாத உறுதிபெற்ற பாதத்தோடு அந்த நெட்டோட்டம் நெடுங்காலம் நீடித்தது... குதிரை ஓட்டம்! 'கடவுளுக்குக் கடிதம் எழுதுறவங்க, ஸ்டாம்ப் சார்ஜா காணிக்கையை அவருகிட்ட கொடுக்கலாம். குப்பைணங் கோயலு உண்டியல்ல அது வுழுகும்.'

தகவல் தொடர்பின் தாமதத்தால் நல்ல வேலைவாய்ப்புகளை இழந்து கடனாளியாய்ச் செத்தவர்களும் ஆதிமங்கலத்தில் வாழ்ந்திருக்கிறார்கள். எத்தனை ஊடகங்களாலும் பரிபூரணத்தை அடையமுடியாத ஒரு வடிவம்தான் 'தகவல் தொடர்பு' என்பது.

புரவியின்மீது ஆட்கள், புறாக் கால்கள், புகைவண்டிகள் இப்படிப் பலவற்றின்மீதும் கடிதங்கள் பயணித்துவிட்டன. திருமுகங்கள், லிகிதங்கள், தூது, அஞ்சல், தபால், கடுதாசி என்று பற்பல பெயர்களில்!

ஆதிமங்கலத்தில் கடிதங்கள் அதிகரித்தன. மணியார்டர்கள், இன்ஷுர் கவர்கள், வக்கீல் நோட்டீஸ்கள், தந்திகள்... தவிர்க்க இயலாத இயற்கையின் நியதிப்படி காதல் கடிதங்களும் வந்தன. பொந்தனை, நேமிநாதன் ஏமாற்றியதெல்லாம் ஒரே கடிதத்தால் சம்பந்தி விளையாட்டுகளாய் மாறிப்போய்விட்டன. பொந்தனின் மைந்தன் மணிகண்டன், ஒரே ஒரு கடிதத்தின்மூலம் நேமிநாதனின் மகள் ராஜலட்சுமியை வசப்படுத்தி திருமணம் செய்தான். கடிமணம் புரிய காரணமாய் இருந்த காதற்கடித வரி பின்வருமாறு முடிந்திருந்தது - 'உடன் பதில்... உயிர் அதில்!'

சிவப்பு பெட்டியின் ரகசியமும் கொள்ளளவும் ஆழங்காண முடியாதது.

•

தந்தி

‘தந்தியடிப்பது’ என்ற சொல் பொருளுணர்ந்து சொல்லப்பட்டதே ஆகும். ‘அடிப்பது’ என்றால் அடிப்பதேதான்.

ஆதிமங்கலத்தில் பலரும் தந்திகளைப் பற்றிக் கேள்விப்பட்டு ‘மின்னலைப்போல அறைகின்ற ஒன்று என்பதுமாதிரியான சித்திரத்தையே மனதுக்குள் கொண்டிருந்தார்கள். தந்தி என்பதன் அர்த்தம் ‘அவசரம்’ என்பதாகக் கொண்டு, தாங்கள் தபால் எழுதுகையில் ‘தந்திபோல பாவித்துக் கடிதம் சீக்கிரம் எழுத வேண்டும்’ என்ற வாசகங்களைக்கூட சிலர் சேர்த்தனர்.

மீசை சிறியதாக வைத்திருந்தபோதும் ஊரில் நிஜமான முதல் மிலிட்டரிக்காரன் ரங்கநாதன்தான். அவன் விடுப்புக்கு வந்துவிட்டுத் திரும்பிப்போகையில், தாயார் காளியம்மாள் விரும்பிக் கேட்டுக்கொண்டாள், “போன உடனே கடுதாசி போடுப்பா” என்று. பூனா சென்று அடைந்ததும் தாய் சொல் தட்டாத தனயனான அவன், தபால் போடுவதற்குப் பதிலாக தந்தியை அடித்துவிட்டான்.

ஆதிமங்கலத்துக்கு முதலாவது தந்தி.

சின்னதாராபுரத்திலிருந்து வந்த தந்திச் சேவகன் நேராக ரங்கநாதன் வீட்டை விசாரித்து, அவனது தாயார் கையில் தந்தியைச் சேர்த்துவிட்டு முருகனின் டீக்கடைப் பக்கம் சென்றுவிட்டார்.

சேவகனிடம் முருகன், “தந்திீல என்னய்யா?” என விசாரிக்கவும், தொழில் தர்மியான சேவகன், “அத நான் பிரிச்சுப் பார்க்கலீங்க” என்று கூறிவிட்டார்.

"சரி, எங்கிருந்துய்யா வந்திருக்குது?" என்று முருகன் அழுத்தமாக கேட்டதும் தர்மம் நெகிழ்ந்து கொடுக்க, சேவகர் பதிலுரைத்தார். "பூனாவுல இருந்து. மிலிட்டரில் இருந்து."

இதைக் கேட்டுக்கொண்டிருந்த முருகனின் அம்மா மொக்காத்தாயி வடை போடுகிற காரியத்தை பாதியில் நிறுத்திவிட்டு காளியம்மாளின் வீடு நோக்கி சூறாவளியாகப் பயணித்தாள். அவளுடையதெல்லாம் ஒரு வேகமே அல்ல எனும்படிக்கு ஏற்கெனவே அங்கு பதினாறு பெண்களும் பதினைந்து ஆண்களும் வந்து சேர்ந்திருந்தனர்.

காளியம்மாள் ஆவேசங்கொண்டு கணவனின் தலைமுடியைப் பிடித்து உலுக்க ஆரம்பித்தாள். "அவன ராணுவத்துக்கெல்லாம் அனுப்பாதேனு சொன்னேனே, பாவீ... கேட்டியாய்யா நீ!"

சிலர் வந்து அவரை காப்பாற்றிக் கொண்டிருக்க நல்லவேளையாக 'பைக்' உலகநாதன் வந்துசேர்ந்தான். தந்தியைக் கையில் வாங்கினான்.

"என்னனு பாரு... என்னனு பாரு..." என முப்பது வாய்கள் இரைச்சலிட, உலகநாதன் பதற்றத்துடன் தந்தி பிரித்தான்.

REACHED POONA SAFELY

- Ranganathan

-என்று அதில் இருக்க, "போய்ச் சேந்துட்டாரு" என்று மிகச் சுருக்கமாக மொழிபெயர்த்துவிட்டான்.

பெண்கள் கூட்டத்திலிருந்து ஆசு கவிதாயினி அங்காத்தாள் பாட்டெடுத்துவிட்டாள்.

"துப்பாக்கி தூக்கிக்கிட்டு நீ

துரையாட்டம் வருவீன்னு..."

உலகநாதன் விபரீதம் உணர்ந்து, "யேய் பெரிம்மா, சும்மா இரு" என்று அதட்டிவிட்டு பெருங்குரலெடுத்து ஓதினான்.

"அவரு நல்லபடியா பூனாவுக்குப் போய்ச் சேந்துட்டாரு. அதைத்தான் தந்திீல சொல்லியிருக்காரு."

காளியம்மாள் அழுது வீங்கிய முகத்தைத் துடைத்துக்கொண்டு சிரித்தாள்.

"ராஸ்கோலு. இதுக்குப்போயா தந்தி அடிப்பாங்க?!" என்றாள்.

அடுத்த சில நாட்களில் தந்தி, சேனாபதி நாடாருக்கு வந்தது. வீட்டில் தந்தியைத் தந்துவிட்டு சேவகன் சென்றுவிட்டார். சேனாபதி எரச்சப்பாடி போயிருந்தார். அவரை வடக்கு ரோட்டில் மாங்கு மாங்கென்று சைக்கிள் மிதித்துப்போய் ஆண்டிவேல் கூட்டி வந்தான்.

சேனாபதி கேரியரில் அமர்ந்து என்னமோ ஏதோ என்று பதறியவாறே வந்து சேர்ந்தார்.

அவர் வந்துசேர்ந்த நேரம், உலகநாதனும் ஊரிலில்லை. போஸ்ட் மாஸ்டர் ஏ.எஸ்.கே.வும் விடுமுறையில் சென்றிருந்தார்.

தந்தியைப் படிக்கத் தெரியாவிட்டாலும், ஓர் ஆவலில் விரல்கள் தந்தியடிக்க சேனாபதி பிரித்துப் பார்த்தார். கொட்டிக்கிடந்த ஆங்கில எழுத்துகளைத் திருப்பித்திருப்பி பார்த்தார். ஒன்றும் புரியவில்லை..

தந்தி காகிதத்தைக் கையில் வைத்துக்கொண்டு, 'கம்பளியம் பட்டிக்கு சைக்கிளை விடுடா' என்று ஆண்டிவேலிடம் சொன்னார்.

சேனாபதி எதிர்பார்த்துப் போன கோவிந்தசாமி வீட்டில் இல்லை. ஆனால், மோர் கொடுத்து உபசரித்த அவருடைய மகள், "என்ன விஷயமா அப்பாவைப் பாக்க வந்தீங்க?" என வினவினாள்.

"ஒரு தந்திம்மா" என்றதும் "குடுங்க" என்று வாங்கிப் பார்த்தாள்.

DESPATCH PALM FIBRE IMMEDIATELY

-pon. subbiah

-என்று அதில் எழுதியிருந்தது.

"சீக்கிரமாக பனைமஞ்சி அனுப்பச் சொல்லி சுப்பையாங்கறவரு அடிச்சிருக்காரு, தூத்துக்குடியில் இருந்து வந்திருக்குது" என்றாள் புன்னகையுடன்.

சேனாபதி தேம்பிவிட்டார். "பாப்பாத்தீ! மகராசி, நீ நல்லா இருக்கோணும். இந்த வெள்ளிக்கிழமை ஆண்டிச்சியாத்தா கோயில்ல உனக்கோசரம் தீபம் போடச் சொல்றனம்மா" என்று நெகிழ்ச்சியாக சொல்லிக் கிளம்பினார்.

சைக்கிளில் திரும்ப ஊருக்கு வரும்போது மன ஆழத்திலிருந்து அந்தச் சொற்களை ஆண்டிவேலிடம் சொன்னார்:

"ஆணு, பொண்ணு அவ்வளவும் படிச்சிருக்கணுமப்பா. அதுதான் நாட்டுக்கு நல்லது."

ஊரின் பிரசித்திபெற்ற மஞ்சிக்காரரான சேனாபதி, ஊர் திரும்பும்போது படுஉற்சாகமாகி, "வெள்ளக்காரன் தந்திக்கே டிமிக்கி கொடுத்த தூத்துக்குடி ஏவாரிங்க, நமக்கு ஒரு தந்திய கொடுத்துப் பதற வெச்சுட்டாங்களேப்பா..." என்றார்.

"அதென்ன வெள்ளக்காரன் தந்திக்கு டிமிக்கி?" என்று ஆண்டிவேல் கேட்டதும், பழைய கதையை ஆரம்பித்தார்.

“தூத்துக்குடியில இருந்து கப்பல்ல மஞ்சி போகும் வெள்ளைக்காரனுக்கு. திடீர்னு ஒரு நா, இந்தப் பனை மரக் கொட்டைகளை நீங்க மூணு கப்பல் நிறைய அனுப்பணும்னு வெள்ளக்காரனுக ஏவாரிகளுக்கு தந்திய கொடுத்துப்புட்டானுக.

அடுத்தவர்களிடமிருந்து விதையை வாங்கறதுனா எப்பவும் வெள்ளைக்காரனுக ஆவலாத்தே இருப்பானுக. ஆனா, தூத்துக்குடி ஏவாரிகளுக்கு திக்குனு ஆயிப்போச்சு... ஏதுடா நம்ம தொழில் முடக்கறதுக்கு வெள்ளையனுக திட்டம் போட்டுட்டானுகளேனு யோசிச்சு, “உங்க மண்ணுக்கு இதெல்லாம் விளையாது துரைகளானு சொல்லிப்பார்த்துருக்காங்க. வெள்ளைக்காரனுக விடறமாதிரியில்ல. கடைசீல, தூத்துக்குடி ஆளுக என்ன பண்ணாங்க தெரியுமா? பனங்கொட்டைகளை வாங்கி மலமலயாக் குமிச்சாங்க. பக்கத்துல பெருசுபெருசா அடுப்பும் கொப்பரையும் போட்டு எல்லா பனங் கொட்டைகளையும் முளைக்காத அளவுக்கு அவிச்சு எடுத்து மூணு கப்பல் நிறைய அனுப்பிச்சு வச்சாங்க. அவிச்ச கொட்டை மொளைக்கவா போகுது? வெள்ளைக்காரன் என்னிக்குன்னாலும் பனைமஞ்சிக்கு நம்மளத்தான் நம்பணும், பாத்துக்க.”

தந்திகளில் பிழைகள் தெரிந்து நடப்பது ஒருவகை, அறியாமல் நடப்பது மறுவகை. அறியாமல் நடந்தது ‘கரன்ட்’ கணேசனுக்கு. அவனுடைய தகப்பனார் குருசாமி தந்தி அடித்திருந்தார்.

MOTHER SERIOUS START IMMEDIATELY

- Gurusamy

இதில் ‘சீரியஸ்’ என்பதற்கு ஒரே பொருள்தான்... ‘அவுட்’ என்றே அர்த்தம்.

டீக்கடைக்கு லீவு போட்டுவிட்டு முருகன், இன்னும் நாலைந்து பேர் கணேசனுடன் கிளம்பிப் போனார்கள். கணேசன் பேருந்தின் ஸீட்டுகள் எல்லாம் உப்பாகும்படி “அம்மா அம்மா” என்று அழுதுகொண்டே போனான். ஊரில் போய் இறங்கினவனை அம்மாவே வரவேற்றாள். நடந்தது என்னவென்றால், இறந்தது குருசாமியின் அம்மா..

கணக்கு ஒன்றுதான். அம்மா இல்லாமல் நாமில்லை... அப்பத்தா இல்லாமலும் நாம் இல்லை. பிற்பாடு இருபது வருடங்கள் கழித்து, தன் தாயார் இறந்தபோது கணேசன் பொட்டுக்கண்ணீர் விடவில்லை.

தெரிந்து பிழை வகைத் தந்தி, ஆதிமங்கலத்து மலையப்பனால் சிதம்பரத்துக்குக் கொடுக்கப்பட்டது. அது சாதாரணத் தந்தி... சாதாரணத் தந்தி என்பதால் அது தபால் கட்டுடனேயே வரும். மலையப்பன் ஆதிமங்கலத்திலிருந்து அரவக்குறிச்சிக் கிளம்பிப் போய்,

அங்கிருந்து சிதம்பரத்துக்கு தந்தி கொடுத்தான். பொள்ளாச்சியில் உள்ள சிதம்பரத்தின் மாமனார் தவறிவிட்டார் என்பதே தந்திச் செய்தி.

மலையப்பன் திட்டமிட்டதற்கு சற்றுமுன்பே அதை டெலிவரி செய்ய பேச்சிமுத்து எடுத்துப் போனார்.

மலையப்பன் பேச்சிமுத்துவைத் தடுத்து, "அதை நாளைக்குக் காலையில கொடுத்துக்கலாம். ஒண்ணும் அவசரமில்லை" என்றார்.

"அதெப்படிங்க... தந்தினா உடனே குடுக்கணும்."

"உடனே குடுக்கணும்னா, தபால்ல போட்டு விடுவாங்களா? தனியா ஒரு ஆள் வந்திருக்குமே?"

"இங்க பாருங்க, தந்தியக் குடுக்க வேணானு சொல்ல நீங்க யாரு?"

"பேச்சிமுத்து! கை இல்லனா தபால் தர்றது கஷ்டமா போயிடும். நாளைக்கு சிதம்பரத்துக்கிட்டக் குடுனு சொன்னா குடு."

இந்த மிரட்டலுக்கு பேச்சிமுத்து பணிய வேண்டியதாயிற்று.

மறுநாள்...

முக்கியமான நாள்...

பஞ்சாயத்து தேர்தல் நாள்...

சிதம்பரமும் நாகரத்தினமும் போட்டியாளர்கள். சிதம்பரத்துக்கு இந்தத் தந்தி அதிகாலை கிடைக்க... அவரும் அவரது சேகரமும் (இருநூற்றுப் பத்து வாக்குகள்) பொள்ளாச்சி கிளம்பிச் சென்றார்கள். போனவர்களை, "என்ன இது மாப்பிள்ளைகள்லாம் சொல்லாமக் கொள்ளாம மொத்தமாக் கிளம்பி வந்துருக்கீங்க!" என்று வரவேற்றார் சிதம்பரத்தின் மாமனார்.

பொள்ளாச்சியிலிருந்து திரும்புவதற்குள் பொழுதும் வெற்றியும் சாய்ந்துவிட்டிருந்தது. நாகரத்தினம் ஆதிமங்கலத்தின் புது பிரசிடென்ட்.

மலையப்பன், தம்பிடிச் செலவில் ஒரு தந்திமூலம் இந்த வெற்றியைச் சாதித்துக் கொடுத்ததால் ஆயுள் முழுதும் 'எட்டப்பன்' எனும் பேரால் அழைக்கப்பட்டார்.

நாகரத்தினத்தின் நகல் பிரசிடென்டாக அந்தப் பீரியடு மலையப்பன் செயல்பட்டான்.

வடிவங்களில் அசல் எது என்று காண்பதே அறிவு. தந்திகளில் அசல் செய்தி ஒன்றே ஒன்றுதான். 'சென்றடைந்தேன்' என்ற செய்திகள் நீங்கலாக தந்திகள் மீட்டுகிற ஒரே நாதம்... 'ஸ்டார்ட் இம்மீடியட்லி.'

•

ரேடியோ

மீதியுள்ள சூரியன், பனை உயரத்தில் இருக்கும் பொழுதுக்கே விசாகனும் பாலமுருகனும் கிளம்பி மூலனூருக்குச் செல்வார்கள். ஒரே சைக்கிளில் இரண்டுபேருமாக பெடலிங் போட்டுப் பயணித்துக் கொண்டே ஆதிமங்கலத்தின் சந்துபொந்துகளுக்கும் செய்தி பரவுமாறு கதறுவார்கள் "நாங்க ரேடியோ கேக்கப்போறோம்."

மூலனூரில் யூனியன் ஆபீஸ் உண்டு என்பதால் அங்குதான் முதலில் ரேடியோ வந்தது.

யூனியன் ஆபீஸ் வளாகத்தில் பெருங்கூட்டத்தில் தங்களைக் கரைத்துக்கொண்டு, மாலைநேர ஒலிபரப்பை இந்த இருவரும் கேட்டுவிட்டு ஆதிமங்கலம் திரும்புவார்கள்.

அவர்கள் வரும்போதே மூலனூர் சுற்று வட்டாரத்தின் அனைத்து அறிவையும் சுமந்துகொண்டு தளர்ந்துபோய்த்தான் வருவார்கள். வந்தவுடன் நேராக வீட்டுக்கும் போகமாட்டார்கள். வாய்க் கதவைத் திறந்து, தங்கள் தகவல் கிட்டங்கியைக் காலி செய்வதுதான் அவர்களது முதல் வேலை.

டீக்கடை வந்து தேநீர் அருந்தி முடித்தபின், மூலனூரில் தாங்கள் கண்டு, கேட்டுணர்ந்த உண்மைகளைச் சொல்ல ஆரம்பிப்பார்கள்.

தாங்கள் சொல்வதைக் கேட்கவும் ஆளுண்டு என்ற கட்டம் வந்தபோது எல்லை மீற ஆரம்பித்தார்கள்.

அருகில் இல்லாதவர்களைப்பற்றி பேச்சு வருகையில், "அவருக்கு எல்லாம் என்னங்க தெரியும்?" என்று ஆரம்பித்தார்கள். சுற்றி இருந்தவர்கள் அதை ஆமோதிப்பது தெரிந்ததும், எதிரில் இருந்தவர்களிடமே, "உங்களுக்கெல்லாம் என்ன தெரியும்... சும்மா இருங்க" என்று வாயடைக்க ஆரம்பித்தார்கள்.

ஆதிமங்கலத்தைப் பற்றியும் அதைச் சுற்றியுள்ள பகுதிகளையும் மட்டுமே தகவல்கள் தெரிந்துவைத்திருந்த விசாகனுக்கும் பாலமுருகனுக்கும் பாகிஸ்தான், பாலஸ்தீனம், அமெரிக்கா, ரஷ்யா, பர்மா பிரச்னைகளைப் பற்றியெல்லாம் தெரிந்துபோனால் வாயாடுவதற்குக் கேட்கவா வேண்டும்!

ஒருநாள், டீக்கடையில் உரத்தகுரலில் பாலமுருகன் சொன்னான்...

"நம்மூருக் கணக்குப் பிள்ளையா..? அவருக்கெல்லாம் என்ன தெரியும்? கரூருக்குக் கிழக்கே என்ன இருக்குன்னாவது தெரியுமா அவருக்கு?"

அவன் அதைக் கூறியநேரம் கணக்குப்பிள்ளை கேட்டுக் கொண்டே கடையைக் கடந்தார். கணக்குப்பிள்ளை அல்லவா... உடனடியாகக் கணக்குப் போட்டுவிட்டார். 'இந்தப் பயல்களின் அட்டூழியம் தாளமுடியாததாக இருக்கிறதே' என்றெண்ணி உடனே கோயமுத்தூர் போய் ஒரு பொட்டிக்கு ஆர்டரும் கொடுத்துவிட்டு வந்தார்.

ஒரு வாரத்தில் ரேடியோவாகப்பட்டது வந்து சேர்ந்தது. தி.க. கட்சிக்காரரான நாராயணசாமியால் ஏற்றிவைக்கப்பட்ட கொடிக்கம்பத்தின் உயரத்துக்குப் போட்டியாக ரேடியோவுக்கான 'ஏரியல்' நாட்டப்பட்டது. ஏரியல் நாட்டப்படும் முஸ்தீபுகளைப் பார்த்தபோது, தேவேந்திரனது சபையில் ஊர்வசியும் திலோத்தமையும் பேசுகிற ரகசியமெல்லாம்கூட இனி ஆதிமங்கலத்துக்குக் கேட்டுவிடுமெனத் தோன்றியது. ஊரிலே ரேடியோ கேட்கப்போகிற மகிழ்ச்சியில் அனைவரும் உடலுழைப்பைத் தர ஆசைப்பட்டார்கள். ஆனால், அது பனை மரத்தில் குத்திவைத்து ஒரு ஊசியைச் சுமந்த கதைபோல்தான் ஆயிற்று. அந்தச் சின்ன வேலையைச் செய்வதற்கு ஆளாளுக்குப் போட்டிபோட்டு முன்வந்து, குழப்பத்தையே விளைவித்தார்கள்.

ஏரியல் மாட்டுகிற ஆட்களுக்காக ஒரு குண்டா நிறையக் காபி வைத்து யாரோ கொண்டுவர, அதைக் குடித்துவிட்டு ஐந்து குண்டா நிறைய ஆலோசனைகளை அள்ளி வழங்கினார்கள். ஒருவழியாக ஏரியல் மாட்டி, ரேடியோ எடுக்க ஆரம்பித்தது. சந்தன நிறத்தில் சாக்குத் துணிபோல் மேவி இருந்த ரேடியோவின் முன்பக்கம், இடது ஓரத்தில் பால் சாம்பல்வண்ணக் கண்ணாடி இருந்தது. வால்வுகள் சூடேற ஏற, மெதுமெதுவாக அது நிறம் மாறி பச்சையாக ஒளிருவதை ஊரே அதிசயமாகப் பார்த்தது.

அசரீரியின் அற்புதத்தைக் கொண்டுவந்து ஆதிமங்கலத்துக் காதுகளில் நடனமாட ஆரம்பித்தாள் ஆகாசவாணி.

நேயர்கள் கூட்டம், கணக்குப்பிள்ளையின் வீட்டு வாசல் நடையில் நெரிசல் தாளமுடியாத அளவு நிரம்பியது. மிரண்டுபோன கணக்குப்பிள்ளை, உடனடியாக பொது ரேடியோ பெட்டி ஒன்றை வாங்கிப்போடுவதற்கான ஏற்பாட்டில் இறங்கி, பஞ்சாயத்து மூலமாக எழுதிப் போட்டார்.

பதினைந்தே நாட்களில் பஞ்சாயத்து ஆபீஸுக்கு அடுத்த பெட்டி வந்து இறங்கியது. ஆபீஸுக்கு கிழக்குப்பக்கம் உள்ள பரப்புக்கு அதன்பிறகு புதுப்பெயரே உண்டாயிற்று 'ரேடியா பொட்டல்'!

அலுவலகப் பியூன் கனகராஜுதான் ஆபரேட்டர். மூலனூர் ஊ.ஒ.அலுவலகத்துக்குப் போய், ரேடியோவின் சூட்சுமங்கள்பற்றி ஒருநாள் முழுக்க டிரெயினிங் எடுத்துக்கொண்டு வந்தார் அவர். இவரது ரேடியோ லாகவத்தில் அசந்துபோன உள்ளூர் நேயர்களின் தேநீர் உபசரிப்பால் மிக விரைவில் இவர் பித்தநிலை எய்த வேண்டியதாயிற்று.

ஊர்க்காரர்கள் எல்லாருமே விமரிசகர்களாக உருப்பெற, பாலமுருகனும் விசாகனும் மதிப்பிழந்தனர்.

ரேடியோ பொட்டலில், முக்கியத் தலைவர்கள் வானொலியில் பேசுகிற நாட்களில் பெருங்கூட்டம் கூடியது. இவர்களது சலசலப்பு தாளாமல் அங்கிருந்த வாதநாராயணமரத்து காக்கைகள் சிதறிப் பறந்தன.

வானொலியின் 'உழவர் உலகம்' பெரும் மகசூல் பற்றிய கனவுகளை ஊர்க்காரர்கள் மத்தியில் விதைத்தது. அந்த நிகழ்ச்சியில் குடியானவர்களை 'குறுவிவசாயிகள்' என்றும் 'பெருவிவசாயிகள்' என்றும் குறிப்பிட்டதால், ஆதிமங்கலத்து விவசாயிகள் அடையாளச் சிக்கலுக்கு ஆளானார்கள்.

தேனி சின்னமனூர் வரை போய் வாங்கிவந்து மிளகாய் நாற்றுகள் நட்ட காளியப்பன், வானொலியில் சொன்ன விகிதத்தைப் புரிந்துகொள்ளாமல் அதிக வீரியத்தில் மருந்து அடித்துவிட, பயிர்கள் எல்லாம் புகைந்து போய் 'ந(ஷ்)ட்ட காளியப்பன்' ஆனார். ரசாயனக்கொல்லி அதிகளவில் வேலை செய்துவிட்டது. அதன்பிறகு 'உழவர் உலக'த்தை நம்புவதில்லை என ஒரு சபதமே எடுத்துவிட்டார் அவர்.

நாட்கள் செல்லச்செல்ல, ரேடியோக்களின் உருவம் சிறுப்பதும், எங்கு பார்த்தாலும் அதன் எண்ணிக்கை அதிகரிப்பதும் ஒன்று போல இயைந்து நடந்து வந்தன.

தோளில் தொங்கிக்கொண்டே உடன் பாடிவரும் பைங்கிளியாக

ஒரு பெட்டி ஆதிமங்கலத்துக்கு வந்தது. அந்த டிரான்சிஸ்டர் வல்லவன் வாங்கியது. மூலனூர் சந்தையில் மாட்டுக் கன்னுக்குட்டியை விற்று அந்தக் காசில் வாங்கியதாகும். விற்ற பணத்தோடு 'தங்கம் எலக்ட்ரானிக்ஸ்' போய் டிரான்சிஸ்டர் வாங்கிவந்தார்.

பெட்டியோடு வல்லவன் பனை ஏறி இறங்கியதால், நாற்பதடி உயரத்தையும் நாலு சண்டைகளையும் கண்ட சரித்திரத்தைப் படைத்தது அந்த டிரான்சிஸ்டர். முதலாவது சண்டை மனைவியுடன் நடந்தது.

"ஏய்யா! கன்னு வளந்தாலாவது பால் கொடுக்குமேய்யா. இந்தக் கருமத்தை எதுக்கு வாங்கியாந்தே" என்று சண்டைக்கு வர, பொளேரென ஒரு அறைவிட்டார் வல்லவன்.

பிறகு, அடித்த கையாலேயே அணைத்து சமாதானஞ் செய்தார். டிரான்சிஸ்டரின் கவர் தோல்வாருடன் இணைக்கப்பட்டிருந்ததால் அதைத் தோளில் மாட்டிக்கொண்டு டீக்கடை, மரத்தடி, மண்டபம் என வழி வட்டாரமெல்லாம் அலைந்தார். அதன் உச்சமாக வானொலித் தோளினராக ஒருநாள் பனையும் ஏற ஆரம்பித்தார். 'போகுமிடம் வெகு தூரமில்லை... நீ வாராய்' என்று பாடிக்கொண்டே வானொலியும் அவரோடு பனை ஏற ஆரம்பித்தது. வல்லவன் பிழைப்புக்கு பதநீ... வானொலியிலோ சரிகம பதநீ...

வல்லவனுடைய கோட்டாலை (ரவுசு) தாங்கமுடியாமல் கண்ணுச்சாமி, "ஏண்டா! நம்ம வீட்டுக்கு எப்ப வர்றே" என அர்த்த புஷ்டியாக வினவினார்.

"எதுக்கு?"

"சேவிங் பண்ணி ஒரு வாரத்துக்குமேல ஆச்சு... அதான் நீ வந்தீனா பரவாயில்லனு பாத்தேன்."

புரியாமல் முழித்த வல்லவனிடம், டிரான்சிஸ்டர் பொட்டியைத் தட்டிக் காட்டி, "பின்னே... இதுக்குள்ளதானேடா சவர சாமானெல்லாம் வச்சிருக்கே?" என்று வெறியேற்றினார் கண்ணுச்சாமி.

வல்லவன் கண்ணுச்சாமியை கை ஓங்கினார். சுற்றியிருந்தவர்கள் ஓடிவந்து சமரசஞ் செய்தனர்.

ஒருநாள் திண்ணையில் பாடிக்கொண்டிருந்த ரேடியோ, வல்லவன் எழுந்து எங்கோ சென்றுவிட்டு வந்து பார்த்தபோது பாடவில்லை.

"என்னடி செஞ்சே? கண்டதையுந் திருகினியா?" என்று மனைவி யிடம் சண்டைக்குப் போனார். சண்டைகள் ஒன்றுபோல் மற்றொன்று இருப்பதில்லை. இம்முறை கோபித்துக்கொண்டு தாய்வீடான தூரம்பாடிக்கு அவள் போய்விட்டாள்.

வல்லவன் தனது 'வானம்பாடி'யைத் தூக்கிக்கொண்டு மூலனூர்க் கடைக்கு நடந்தார்.

"யோவ், என்னய்யா இது? வாங்கிப்போய் பத்தே நாள்ல இப்பிடி ஆகிப்போச்சு? பாடமாட்டேங்குதய்யா!"

கடைக்காரர் கையில் வாங்கி முதல் காரியமாக பெட்டியையும் கவரையும் தனித்தனியாகப் பிரித்தார். தனது ரேடியோவின் சட்டை நீங்கிய வடிவத்தை முதல்முறை பார்த்த வல்லவனுக்கு அதுவே ஒரு அனுபவமாக இருந்தது. கடைக்காரரின் கைபட்டு கவர் கீழே விழுந்தது. வல்லவன் பதறி, "யோவ் பாத்துய்யா! அதும் ரிப்பேர் ஆயிரப் போகுது" என்றார்.

கடைக்காரர் முறைத்தார். "முறைக்கறதுல இருக்கற ரோஷம், நல்ல சாமானா கொடுக்கறதுலயும் இருக்கணும்."

கடைக்காரருக்கு, தான் அகப்பட்டிருப்பது எப்பேர்ப்பட்ட ஆளிடம் என்பது லேசாக உறைக்க, மௌனமானார். சிறிது யோசித்துவிட்டு, "தினம் எவ்வளவு நேரம் பாடும்?" என்றார்.

"படுக்கறவரையிலும் பாடும்" என்று வல்லவன் சொன்னதும் கடைக்காரருக்கு விஷயம் புரிபட்டுவிட்டது. "அதுவும் பாவம் படுக்கறவரையிலும் பாடீட்டுத்தான்யா இருந்திருக்கு. உள்ளே செல்லு தீந்து போச்சுய்யா... செல்லு தீந்துபோச்சு!"

"செல்லா?"

"ஆமய்யா! பேட்டரி கட்டை... இத பாரு" என கடைக்காரர் உள்ளிருந்து தீர்ந்துபோன பேட்டரிகளை எடுத்துக் காட்டினார்.

"இது எங்கய்யா தீந்துபோச்சு? முழுசாத்தானே இருக்கு?"

"இது வெளிய முழுசா இருக்கும்யா. உள்ள இருக்கற கரன்டு மட்டும்தான் தீந்திரும்."

"இதுக்குள்ளாற கரன்டு இருக்குமாக்கும்?"

"ஆமா... கரன்டில்லாமத்தான் உம்மோட பொட்டி இத்தன நாளா பாடுச்சாக்கும்?"

"அப்படியா? அதுசரி, கரன்டு இருக்குதுன்னா 'கிர்'னு ஆளை அடிச்சுருக்கணுமில்ல?" வல்லவனின் அறிவு, கொழுந்துவிட்டு கேள்விகளாக எரிந்தது.

"இது சின்னக் கரன்டுய்யா! இதெல்லாம் ஆள அடிக்காது. பேட்டரி சிறிசுதான? இதோட சத்துக்கு எவ்வளவு முடியுமோ அவ்வளவுதான் முடியும். ஒருத்தன் பொண்டாட்டிய அடிக்கலாம்...

ஆனா, அவனே ஊர்ப் பெரியமனுஷன அடிக்க முடியுமா? அதுக்கு தனித் தெம்பு வேணுமில்ல? அப்படித் தெம்பிருந்தா அது பெரிய கரன்டு. இதெல்லாம் சின்ன கரன்டு. நீ பேட்டரி செல்லுக்குக் காசைக் குடு. பாடவச்சிடலாம்.”

முகத்தில் இருளடிக்க, தான் முடிந்துவைத்திருந்த காசை எடுத்து நீட்டினார் வல்லவன். மனசுக்குள் கலக்கமாய் இருந்தது.

‘மூச்சுவிடற நேரத்துக்குள்ள, பொண்டாட்டிய அடிச்சது மூலனூர் வரைக்கும் வந்திருச்சே!’

பஸ்ஸில் பாட்டு கேட்டுக்கொண்டே ஊர்வந்து இறங்கிய வல்லவன், ஊருக்குள் உலவிக்கொண்டிருந்த குருவி சுடுகிறவர்கள் தோளில் பாடலுடன் அலையக் கண்டார்.

“ச்சே... இது ஒரு பொழப்பல்ல” என்று முனகியபடி, நிரந்தரமாக டிரான்சிஸ்டரை வீட்டிலிருந்த ஆணி ஒன்றில் மாட்டினார்.

இப்போதெல்லாம் அவர் நிராயுதபாணியாக அலைகிறார் என்ற சேதிகேட்டு தூரம்பாடியிலிருந்து துரிதமாய் வந்துசேர்ந்தாள் துணைவியும்.

கணக்குப்பிள்ளை வீட்டுக்கு வந்த முதலாவது ரேடியோவை மையமாக வைத்து, நாகேந்திரன் மெக்கானிக் ஆனார். கணக்குப்பிள்ளை வீட்டுக்கு ஒரம்பரைக்கு (உறவு கொண்டாட) வந்த உப்புத்துறைப் பாளையத்து ஒன்பது வயது ராஜேந்திரன், ஒரு சரியான துச்சனகாரன். கற்பனைக்காரனும்கூட.

அவன் கேட்டுக்கொண்டிருந்தபோது வானொலியில் நாகஸ்வரக் கச்சேரி ஒலித்தது. அவன் ஆதிமங்கலத்து வித்வான் சண்முகநாதனின் கச்சேரியைவேறு கேட்டிருக்கிறான். அவனது கற்பிதத்தில் ரேடியோவுக்குள் தீக்குச்சி அளவு நாகஸ்வரமும், நிலக்கடலை அளவுக்கு மிருதங்கமும் வாசித்துக்கொண்டு ஆட்கள் அமர்ந்திருக்கவும், அவர்களைப் பார்க்கும் ஆர்வத்தில் ஆளில்லாத நேரத்தில் ரேடியோவைக் கழட்டி மேய்ந்துவிட்டான். மிதமிஞ்சிய கற்பனை காரணமாக இவன் பின்னாளில் மியூசிக் டைரக்டரானான்.

அந்த ரேடியோ இனி பாடாது என்று முழுக்க நம்பிக்கை இழந்த நிலையில் அதை ‘லேடியா’ என்றே உச்சரித்து வந்த நாகேந்திரனின் வசம் ஒப்படைத்தார் கணக்குப்பிள்ளை.

நாகேந்திரன் நாள் பொழுது பாராது உழைத்து அதை மீண்டும் பாடவைத்தான். அவன் அதைவைத்து ஆராய்ச்சி செய்கிறநேரம் யாரோடும் பேசமாட்டான்.

அவன் அதை நோண்டுகிற ஜோரைப் பார்த்தால், ரேடியோவின் வால்வுகளுக்குள் ஒரு சித்திரக்குள்ளனாகவே மாறி நுழைந்துவிடுவான் என்றோ, மார்க்கோனியின் ஆவி வந்து அவனை மணி பல்லவத் தீவுக்கு இட்டுச் சென்றுவிடுமென்றோதான் தோன்றும். 'செய்யும் தொழிலே தெய்வம்' என்று போர்டு மாட்டாத குறையாகத்தான் வேலை பார்த்தான்.

அறிமுகமான முதல் ஓரிரு ஆண்டுகளே பெருங்கவர்ச்சியோடு விளங்கிய ஆதிமங்கலத்தின் ரேடியோபொட்டல், மத்திய அலைகளும் சிற்றலைகளும் ஓய்ந்து பண்பலைக்காகக் காத்திருக்க ஆரம்பித்தது. அலைகளின் வசீகரப்பண்பு அத்தகையது.

ரசாயனக்கொல்லிகள் ஒருபுறம் இருந்தாலும், காற்றின் அலைகளும் கடலின் அலைகளும் ஓய்வதில்லை என லால்குடி வட்டார வேளாண்மை இணை இயக்குநர் இப்போதும் ஆதிமங்கலத்துக்கு அறிவிக்கிறார்.

•

கடிகாரம்

கடிகாரம் என்னவோ வட்டவடிவம்தான். ஆனால் ஆதிமங்கலத்தின் கடிகாரம் எல்.ஜி.பி. பஸ்ஸின் சக்கரத்தை அடிப்படையாக வைத்து சுற்றியவாறு இருந்தது. மிட்டா மிராசுகளும், நிலச்சுவான்தார்களும் பொதுமக்களின் உணர்வுக்கு மதிப்பளித்து தங்களுக்காக பேருந்தை காக்கவைப்பதை தவிர்த்தனர். இதற்குப் பிரதியாக மக்களும் அத்தகைய தகுதிக்குரியவர்கள் வரும்போது பஸ்ஸில் எழுந்து இடமளித்து மரியாதை செய்தனர். பேருந்துகளில் கூட்டம் சேர ஆரம்பித்தபொழுது அவை துல்லியமான சமயத்துக்கு வர ஆரம்பித்தன.

கோழி கூவுகிறநேரம், உச்சிப்பொழுது, பனைப்பொழுது, பட்டியான நேரம் என்று நேரம் நாவில் புழங்கிக் கொண்டிருக்கையில் படித்தவர்கள் பனிரெண்டு மணிக்கூறுகளை பிரித்து, நேரம் சொல்ல ஆரம்பித்துவிட்டார்கள். பஸ் சக்கரத்திலிருந்து நேரத்தைப் பிரித்தெடுப்பதற்காக வந்ததுபோல மணியாரர் வீட்டுக்கு கடிகாரம் வந்து சேர்ந்தது சுவர்க்கடிகாரம். அது வந்ததும் பொதுமக்களும் படிக்கும் மாணவர்களும் வந்துபோகும் இடமான திண்ணைப் பள்ளிக்கூடத்திலேயே அதை மாட்டிவிட்டார்கள். நல்ல நீள அகலம் கொண்ட செவ்வக கூட்டுக்குள் நேரம்காட்டுகிற வகையறாக்கள் வட்டமாக இயங்கும். அதன்கீழ் உள்ளங்கை அகலக் கண்ணாடிக்குள் பெண்டுலம் அசைந்தாடிக் கொண்டிருக்கும்.

அதைப் பார்த்துவிட்டு வீட்டு எஜமானியிடம் காத்தசாமி பாளையம் ரங்கசாமி, "ஏனம்மா! தோசக் கரண்டிய வைக்க உனக்கு வேற எடமே கிடைக்கலியா?" எனக் கேட்டுவிட்டார். அந்தக் கடிகாரத்தின் ராசியே எப்போதும் தன் நிலையை மாற்றிக் காட்டுவதுதான் என்றே

ஆயிற்று. சிறுவயதில் அதன் 'டிக் டிக்'குக்கு வசப்பட்டு சிந்தனையேறிய கண்களுடன் அதையே பார்த்துக்கொண்டிருந்த லோகநாதன், பின்னாளில் கவிஞனாக மலர்ந்தபோது பத்திரிகைக்கு எழுதியனுப்பிய கவிதையொன்றில், 'அழகான பெண்டுலத்துக்கு ஓய்வேயில்லை' என எழுதியனுப்ப, அது 'அழகான பெண் குலத்துக்கு ஓய்வேயில்லை' என அச்சாகிவிட்டது.

வார்டு எண் ஆறு, இலக்கம் பதின்மூன்றில் குடியிருந்த வசந்தா டீச்சரின் பெண் கௌசல்யா, 'லேடீஸ் கஸ்டம் உனக்குத்தான் லோகு புரிஞ்சிருக்கு' என்று கண்ணீர் மல்கியவள், பிறகு காதலாகி மசிந்தாள்.

இந்தப் புனிதக்காதலின் ஆயுளோ இருபத்தியிரண்டாயிரம் மணிநேரம். ரதிமதக்கொடி பட்டொளிவீசிப் பறந்து கொண்டிருக்கையில், வசந்தா டீச்சருக்கு கோயம்புத்தூர் பக்கமுள்ள ஒத்தக்கால் மண்டப பள்ளிக்கூடத்துக்கு மாற்றல் வந்தது.

காலமும் கவர்மெண்டும் ஒண்ணு. அவற்றுக்கு அரசு வேலை பார்ப்பவர்களின் குழந்தைகளுக்கும் காதல் வரும் என்பதெல்லாம் புரிவதேயில்லை. லோகு மெய்யாலுமே பெண்டுலன் ஆகிவிட்டான். கடிகாரத்துக்கு இரண்டு முட்கள். லோகுவுக்கு இரண்டு கால்கள் நெஞ்செல்லாம் முட்கள். மதிகலங்கி அலைய ஆரம்பித்தான்.

திண்ணைப் பள்ளிக்கூடத்துக்கு அங்கீகரிக்கப்பட்ட ஆசிரியர்கள் இரண்டுபேர் முறையே பெரிய வாத்தியார், சின்ன வாத்தியார் என அழைக்கப்பட்டார்கள். திண்ணை நிரம்ப மாணவர்கள் உட்கார்ந்திருப்பார்கள். ஓரமாக அவர்கள் அமர ஆசிரியர்கள் அனுமதிக்க மாட்டார்கள். அவர்கள் விழுந்து வைத்து அடிபட்டுவிடக் கூடாது என்பதற்காகத்தான் அப்படி. ஆனால், அவர்களுக்கு ஆபத்து வேறு ரூபத்தில் வந்தது.

குறிஞ்சி மண்டபத்தில் உட்காருவதில் அலுத்துப்போன பெரியவர்கள் தங்கள் இளைய தலைமுறை படிக்கிற அழகைக் காண திண்ணைக்குச் சென்றுவிடுவார்கள். ஒண்ணுக்குள் ஒண்ணாகப் பழகுகிறவர்கள் என்பதால் வாத்தியார்களாலும் அவர்களை நிராகரிக்க முடியாது.

அக்ஷர அறிவைவிட அனுபவ அறிவு பெரிது எனக் காட்டுவதற்கு கதைகளை எடுத்துவிடுவார்கள். ஒருவகையான முறைசாராக் கல்வி அது.

"டேய்... ஒன்ற ஆட்டுக்கு எத்தன காலு?"

"ஆறு காலுங்க தாத்தா."

"போடா... ராஸ்கோலு, ஒன்ற ஆட்டுக்கும் நாலு காலுதாண்டா. மழ வந்தா ஓரமாப் போயி ஒண்டுது பாரு, அப்பிடி ஒன்ற ஆட்டுக்கு நாலுகாலுத்தான."

"ஆமாமா."

"'நூறாந் நூறாம் கிளிகளே எங்கே போறீங்க' அப்படின்னு ஒருத்தங் கேட்டானாம், அதுக்கு ஒரு கிளி சொல்லுச்சாம், 'நாங்க நூறு அல்ல. நாங்களும், எங்களொத்த இனமும், எங்களில் பாதியும், பாதியில் பாதியும், உன்னயுஞ் சேத்தாத்தே நூறுன்னு... அப்படின்னா எத்தன கிளி பறந்திருக்குஞ் சொல்லு?"

"தெரியலியே."

"முப்பத்தாறுடா... முப்பத்தாறு."

திண்ணைக்கூடத்துக்கு கடிகாரம் வந்ததில், முதலில் பாதிப்படைந்தது பெரிய வாத்தியார்தான். அவர் பள்ளிக்கூடத்துக்கு வருவது பெரும்பாலும் பருவங்கள் சார்ந்திருந்தது. கோடைக் காலங்களில் சாமக் கோழிக்கும் மூத்த கோழிக்கும் இடைப்பட்ட நேரத்தில் எழுந்துவிடுவார். அந்நாட்களில் கடிகாரக் கணக்குக்கு ஏழு மணிவாக்கில் பள்ளி தொடங்கிவிடும். மார்கழி மாதத்திலோ முற்றிலும் வேறுமாதிரி. சுந்தர பண்டாரம், குருசாமி ஆசாரியார், பத்ம ராமசாமி நாயக்கர், பெரியசாமி கவுண்டர், நாச்சிமுத்து செட்டியார் மற்றும் பலரும் பெண்டிரும் சிறாரும் கலக்கும் பஜனைக்கு அவரும் போய்விடுவார். பனி முற்றாகக் கரையுமுன் பஜனை முடிந்துவிடும். பெரியவாத்தியார் பிரசாதப்பிரியர். இரு கைகளும் கொள்ளாத அளவு பிரசாதத்துடன் வந்து கோயில் முன்பிருக்கிற குறிஞ்சியின் குளிர்பூத்த கருங்கல் தளத்தில் அமர்ந்துவிடுவார்.

காலத்தையே அசைபோடுவதுபோல மெதுவாக சுவைக்க ஆரம்பிப்பார். ஆமைகள் பொறாமைகொள்ளும் நிதானம் அது. சுவைத் தவம் ஒன்பது மணிக்கும் முடியலாம்; பதினொன்றுக்கும் நிறைவுறலாம்.

கடிகாரம் வந்தபின் அவர் குறிஞ்சியில் அமர்ந்த நேரம் மணியாரர் வீட்டுவழியாகக் கடந்துவருகிறவர்கள் யாராவது சொல்வார்கள்.

"மணி எட்டரை ஆயிருச்சாட்டமா இருக்குதா?"

"நல்லாப் பாத்தியாடே.... ஏழரையாத்தான் இருக்கும்!" என்று சொல்லிக்கொண்டே மெதுவாக திண்ணைப்பள்ளி நோக்கி நகர்வார். ஆணி விழுந்த குதிகால் வேறு வலியாய் வலித்து கொலையாய்க் கொல்லும். கடிகாரத்தின் முட்களைப் பார்க்கிறபோது எல்லாம், அவருக்கு கால் ஆணி ஏனோ ஞாபகத்துக்கு வந்துவிடும். சுழலும் அந்தக் கால் ஆணிகளோ அவரை நண்பகலிலும் படுத்தி எடுத்தன.

பன்னிரெண்டரை ஒருமணி ஒன்ற மணி எப்பவும் 'டங்' என்று ஒற்றை மணியே அடித்தால், அவர் எப்படிச் சகிப்பார். காலத்துக்கு அவர்மேல் கருணை உண்டென்பதால் சீக்கிரமே ஊருக்கு அரசுப் பள்ளி வந்துவிட அவர் மகனுடைய வீடுள்ள தச்சநல்லூருக்குச் சென்றார்.

மலேசியாக்காரர் என ஊர்க்காரர்களால் காலம் முழுவதும் அறியப்பட்ட நடராஜன், முதன்முதலாக கைக்கடிகாரத்துடன் ஊருக்கு வந்து சேர்ந்தார். இடம்பெயர்ந்து வந்தபின் பழைய இருப்புடன் அடையாளம் பேணப்படுவது காலம் செய்கிற சிறு வேடிக்கைகளில் ஒன்று. டீ குடிக்க வருகிற அவரை கையகப்படுத்தி பலபேர் மணி பார்க்கக் கற்றுக்கொண்டார்கள். போன இடம் வந்த இடமெல்லாம் ஆளாளுக்கு வாட்சுகள் வாங்கிவர மணி பார்க்கும் தேவைக்கு பஸ்கள் வேண்டியிருக்கவில்லை. ஆனால், பஸ்கள் இரைகிறபோதும், பஸ்ஸுக்காக நிற்கிறபோதும் நேரத்தை நினையாமல் இருக்கமுடியாது.

செந்தில்நாதன் அரசாங்கமாம் திருச்செந்தூர் போய்விட்டு தமிழ்ப் புத்தாண்டு நாளன்று வெள்ளைச்சாமி ஒரு கடிகாரம் வாங்கி வந்தார். தக்கத் தகதக தக்கத்தகதக என மின்னும் பொன்னிறம் அது. காலம் பொன் போன்றது என்ற சொல்லே அப்படி ஒரு உருவாக்கத்துக்குப் பிறகுதான் தோன்றியிருக்க வேண்டும்.

“எவ்வளவுப்பா?”

“ப்ச். இதெல்லாம் தெய்வாம்சமா கெடைக்கறது பாத்துக்க. எவனோ வடநாட்டுக்காரனாம். பணத்தைத் தொலச்சிட்டு நின்னான். கடசியா ஐநூறு ரூபாக் கெடியாரத்த வெறும் நூறு ரூபாய்க்குக் கொடுத்துட்டான்.”

வெள்ளைச்சாமி கை கழுவுவதற்கு தொட்டியின்மேல் கழற்றி வைத்தபோது திவலைகள் தெறித்தன. பொன்னிறத்தில் பத்துப் பத்தாக கொப்புளங்கள் எழுந்தன. நண்பனிடம் வேதனையை எடுத்துரைத்தார்.

“என்னப்பா இது. இப்பிடிப் பத்துப் பத்தா வருது?”

“அப்டீனா கவலயேபடாத... பத்துத் தடவ இப்படி வந்தா நீ போட்ட காசு வந்துருமல்ல...”

ஊருறங்கும் நேரத்தில் அந்தக் கடிகாரம் மூர்ச்சையானது. கடிகாரங்களுக்கும் அற்ப ஆயுள் உண்டு. வெள்ளைச்சாமியிடம் சேர்ந்தபின் அதன் ஆயுளோ வெறும் பதினெட்டு நாட்கள்.

சிலநாள் கழித்து கடிகாரத்தின் அம்சமாகவே கரூரில் ஒரு கடிகாரம் வாங்கிவந்தார். அதை அவர் நண்பனிடம் காட்டிய பொன்வேளையில் கடிகார முட்கள் நகமும் சதையுமாக இருந்தன.

“என்னப்பா... மறுபடியும் ஏமாந்தியா. இதுல ஒரு முள்ளுத்தான இருக்குது.”

முள்ளிலிருந்து முள் பிரிய இருபது விநாடிகள் ஆயிற்று. வெள்ளைச்சாமிக்கோ மூன்று யுகங்கள். முட்கள் விரிகோணமடைந்த கலியுகத்தில் மறுபடியும் மூச்சு சீரானது.

கடிகாரத்தில் எண்களே தெரியும் காலகட்டத்தில் கரன்ட் ஆபீஸ் கருப்புசாமி அலாரம் டயம் பீஸ் வாங்கிவந்தார். அதன் சௌகரியங்களை உத்தேசித்துத்தான் லோகநாதன் வீட்டிலும் அதேமாதிரி ஒன்றை வாங்கினார்கள். லோகநாதனை நேரத்துக்கு எழுப்பிவிட்டு படிக்கவைக்க அந்த ஏற்பாடு.

குயில் டீச்சருக்கு அடுத்தபடியாக லேடீஸ் வாட்ச் கட்டிய வசந்தா டீச்சரின் மகளும் ஒரு பெண்டுலமும் அவன் வாழ்வில் குறுக்கிட்டது பேதைபோல விதி செய்த காரியமாகும்.

உலகத்துக்கே நேரம்காட்டினாலும் கடிகாரங்களுக்கு இரவென்றும் பகலென்றும் தெரியாது. கடிகாரம் அகாலம் காட்டும் அத்தனை நேரங்களிலும் லோகு வீட்டுக்குப் போனான். அவனுடைய வீட்டுக்குத்தான் போனானென்பது கொஞ்சம் பாதுகாப்பான சேதி. இரவும் பகலும் கௌசல்யாவும் ஒன்றுடன் ஒன்று பிணைந்து நரம்பின் ரசாயனங்கள் குழம்பியதில் சோத்துப் பருக்கைகளில் சூன்யவெளி தெரிந்தது.

அந்தக் கட்டத்தில் ஐந்தரை மணிக்கு அலாரம்வைக்கும் பழக்கத்தைக் கொண்டிருந்தான். இந்த அலாரத்தின் ஓசை படுக்கையிலிருந்து எழுந்து செயலாற்ற அல்ல. விழித்துக்கொள்ள மட்டுமே. கிட்டத்தட்ட அதேநேரத்துக்குக் கூவுகிற சேவலொன்று பக்கத்துவீட்டு அய்யாவுவின் மதிற்சுவர் வசமிருந்தது. பதினைந்து நாள் காலகட்டத்தில் அதன் உக்கரக்கோ... உக்கோவும் கடிகாரத்தின் அலாரமும் விவரிக்கவேமுடியாத லயத்தில் இணைந்தன.

இந்த இரண்டிணை அலறலின் ஒலி கேட்டு லோகு விழிப்பான். மதிலுக்கு அப்பால் ஒரு பகலில் மிளகு மசிந்து, கறி மணந்தது. அந்த நாளிரவில் டைம்பீஸின் பேட்டரி தீர்ந்தது. சேவலுங் கூவாத நாட்காலையில் லோகுவின் அறைக்குள் சூரிய ஒளி வரவில்லை. ஆஸ்பத்திரிகள் கோயில்குளம் எல்லாவற்றையும் சமமாகப் பாவித்து, குடும்பம் அவனைக் கூட்டியலைந்தது. மனத்திரைகள் கிழிகையிலும், மாயத்திரைகள் எழுகையிலும் மாத்திரைகள் என்ன செய்யும். கடைசியாக ஆடி அமாவாசை தினத்தில் குலச்சாமிக்கு அடசல் போடுகிறேன் என நேர்ந்துகொண்டு ஒரு கோழியையும் அவனையும் பிடித்துக்கொண்டு விறகுக்கட்டும் பொங்கல் பானையுமாக செல்லாத்தாள், மணலூர் கோட்டக்கரை அம்மன் உறையும் அமராவதிக்கரைக்குச் சென்றாள். குருதி பீச்சும் களியெனத் தோன்றும் அறுபட்ட கழுத்தில், ஆடிக்காற்றில் ஆத்துமணல் பறந்துவந்து படிந்தது. லோகு குணமானான்.

கடிகாரம் வட்டமாக இருப்பதாலேயே கடவுள்கள் அதன்மீது நிற்கிறார்கள். இருபத்திநான்கு மணிநேரத்தின் ஊடாக மர்மச் செயல்களின் மாயமுள் ஒன்று பன்னிரெண்டு மணிநேரம் சுற்றுகிறது.

காலத்தின்மீது கிளிகள் பறக்கின்றன. நூறாம் நூறாம் கிளிகள்.

•

கார்

வெற்றி பெறுவதற்குச் சுழி வேண்டும் என்று நம்புகிறவர்கள் அண்ணாவின் வெற்றியை ஒப்புக்கொள்ளவே செய்வார்கள். சி.என்.அண்ணாதுரை என்று எழுதிப்பார்த்தால் சுழிகளின் எண்ணிக்கையும் மகத்துவமும் புரிபடும். அன்றைக்குச் சற்றேறக்குறைய ஒரு தலைக்கட்டுக்கு காலம் நீடித்திருந்த காங்கிரஸ் பேரியக்கத்தின் மாகாண ஆட்சியை அண்ணா பொடிப்பொடி ஆக்கினார். மையத்தில் பசுவும் கன்றுமாக இந்திராவும் ராஜீவும் நாடாண்டபோதும் மாநிலத்தில் காங்கிரஸின் கை பிறகு ஓங்கவேயில்லை.

அண்ணா என்ற நாயகன் இறந்தபின்னும், அவரது நாமம் தொடர்ந்து நீடித்து வாழ்கிறது. சுழிகள் சும்மா விடுவதில்லை.

அந்தச் சரித்திர வெற்றியை ஆதிமங்கலத்துச் சொக்கலிங்கம் சாதாரணமாக்கினார். "நம்ம ஊருக்கு வந்து பேசிட்டுப் போனதாலதான் அண்ணா ஜெயிச்சார்."

அண்ணா பட்டிதொட்டியெல்லாம் பயணிக்கும் தொடரின் ஒரு பகுதியாக தன் காரில் ஆதிமங்கலமும் வந்திருந்தார். எம்.ஜி.ஆர். கொடுத்த பில்லி சென்டர் என்று சொக்கலிங்கம் அதுபற்றிப் பின்னால் தெரிவித்தவாறிருந்தார்.

'பொன்னான திராவிடத்தின் கண்ணான அண்ணாவே' என்ற வரவேற்பு பேனருக்கு அருகிலேயே காரை நிறுத்தி அண்ணாவை நடத்தி அழைத்துப் போனார்கள்..

சுருக்கங்களுடன் கூடிய சட்டை, நான்கு நாள் மழிக்காத தாடை... போதாததற்கு தனது பிரசித்திபெற்ற கைப்பையையும் அப்போது அண்ணா வைத்திருக்கவில்லை. இத்தோற்றம் ஆதிமங்கலத்துத் தம்பி துரைசாமிக்கு மிக நெருக்கமான உணர்வைத் தந்திருக்க வேண்டும்.

அவர் அண்ணாவின் முன்னால் வந்து நெஞ்சுக்கு நேராய்ச் சொன்னார். "அண்ணா! எங்க மணியார்ரு வச்சிருக்கற புலிமுகத்துக் கார் அளவுக்கு உங்களோட காரு எடுப்பாயில்ல."

"புலிமுகத்துக் காரா?" என வியந்த அண்ணாவுக்கு எடுத்துச் சொல்லப்பட்டது. 'பிளைமவுத் கார்'. அண்ணா புன்னகைத்த கண்களுடன் துரைசாமியை மறுபடி தேடினார்.

ஆனால், அந்தப் புறநானூற்று மறவனை அதற்குள் ஊர் கடத்தி விட்டார்கள்.

"யார்கிட்ட என்ன பேச்சு பேசறே நீ? இனி ஒரு வாரத்துக்கு ஊர்பக்கம் தலைகாட்டாதே?" என்று துரைசாமியிடம் சொல்லி அனுப்பப்பட்டது.

ஒரு பெருமகனின் கார் ஆதிமங்கலத்தில் இரவு முழுக்க நின்று சென்றது அப்போதுதான். எனினும் அதற்கு மூன்றாண்டுகள் முன்பிருந்தே ஊரில் மணியக்காரரின் கார் நின்றுகொண்டும் ஓடிக்கொண்டும்தான் இருக்கிறது.

கப்பலை நினைவுபடுத்திக்கொண்டு அது ஊர்கிறபோது குழந்தைகளுக்கு ஒரே குதூகலம்தான்.

காரின் புகையில் பாதியை சுவாசிக்குமளவுக்கு அவர்கள் கூட்டம் கூடிவிடும்.

ஏதேனும் ஊரு சேதி சொல்வதற்கு முதல் நாள் மணியார், ஊர்க்காரர்கள் யாரையாவது எப்போதாவது அழைப்பதுண்டு.

"ஏப்பா! நாளைக்கு நல்லிமடம் வரைக்கும் ஒரு வேலை இருக்குது. வர்றியா?" என்பார்.

இப்படிக் கேட்க வேண்டியதுதான் பாக்கி. கேட்கப்பட்ட நபருக்கு ஒரே முட்டுவழியில் ஐந்துபோக அறுவடைசெய்த மகிழ்ச்சி மனசுக்குள் பூ விரித்தாடும். "வர்றேனுங்க" என்று ஒரு வார்த்தையில் பதில் சொல்லிவிட்டு உடனே இடத்தைவிட்டு நகர்ந்துவிடுவார்கள். தொடர்ந்து பேசிக்கொண்டிருப்பதில் முன்பதிவுகள் தட்டிப்போன அனுபவம் சிலருக்கு உண்டு.

மறுநாள் காரில் போக இருப்பவர்கள் ஊன் மறுத்து, உறக்கம் மறந்து, மனம் மிதந்து, மகிழ்ந்து களிகூர்ந்து பலப்பல ரசாயன மாற்றத்துக்கு உடல் உட்பட்டு பசலை கண்டதுபோல ஆகிவிடுவார்கள்.

அவ்விதமான பயணங்களில் கார் ஏறுமுன் மணியார், "என்னப்பா! கண்ணெல்லாம் சிவந்துகிடக்குது. ராத்திரி சினிமாவுக்கு போயிட்டியா?" என வினவுவதும், "அதெல்லாம் ஒண்ணுமில்லீங்க" என்று பதில் வருவதும் மாறாத காட்சியாக சில காலங்கள் நீடித்திருந்தது.

அந்த பிளைமவுத் கார், ஆறு டிரைவர்களை ஆதிமங்கலத்தில் உருவாக்கியது. அவர்களில் முருகேசனும் மாரிச்சாமியும் வாடகை கார் ஓட்டுவதற்கு மூலனூரைத் தேர்ந்தெடுத்தார்கள். ஆட்கள் தொழில் செய்வதற்கு வெளியூரைத் தேர்ந்தெடுப்பதால்தான் உலகம் தொழிலில் இவ்வளவு முன்னேறியிருக்கிறது.

கார்கள் மூலனூரில் வதிபொழிந்து கிடக்கவேண்டும் என்கிற சுழி அமைப்புகூட மாரிச்சாமியையும் முருகேசனையும் அங்கே கொண்டு சேர்த்திருக்கலாம்.

மூலனூர் கார்களின் வரவால்தான் ஆதிமங்கலத்துத் தேர்தல் காலங்கள் கொடிகட்டிப் பட்டொளி வீசித் திகழ்ந்தன. பழனி பாராளுமன்றத் தொகுதியில் சி.எஸ். நின்றபோது, அவரது தேர்தல் முகாமையர்கள் ஆதிமங்கலம் முத்துசாமிக்கு கார் அனுப்பிவிட்டு, ரங்கசாமிக்கு அனுப்பாததால், வெற்றி வித்தியாசத்தில் எழுபத்திரண்டு வாக்குகள் குறைந்தன. சி.எஸ். கடைசிவரை இந்த 'உண்மை' தெரியாமலே இறந்துபோய்விட்டார் என வைத்துக் கொள்ளுங்கள்.

தி.மு.க.வின் வோட்டு வங்கிக்கு வேட்டு வைக்கும்விதமாக எம்.ஜி.ஆர். வெட்டுப் போட்ட வருடத்தில், ஆதிமங்கலத்துக்கு வாடகைக் கார் வந்தது. ராஜசேகர்தான் அதன் உரிமையும் உருட்டுதலும்.

ஜேசுதாஸ்-ரோசலின் சின்னப்பூ தம்பதியினருக்குப் பிறக்கப்போகும் பெண் குழந்தைக்காக தாராபுரம் வர்க்கி ஆஸ்பத்திரிக்குப் போகும்வழியில் வாழ்வின் உச்சபட்ச கார் வேகத்தை ராஜசேகர் தொட்டான். மேற்கே போகும்போது போளரை, 'புலிகுத்திக்கல்' அருகில் அவனுக்கு அந்த வேகம் கைகூடியது.

பின்னால் தாராபுரத்தில் மண்டல இயக்கூர்தி அலுவலகம் வந்தபோது, ஆர்.டி.ஓ. கோபாலகிருஷ்ணன் முன்பாக அவன் ஆமை வேகத்தில் ஓட்டிக்காட்டி 'ஓட்டுரிமை' பெற்றது தனிக்கதை.

'வர்க்கி'யம்மா ஆஸ்பத்திரியில் கார் நுழைந்து, ஏழாம் நிமிடம் பிரசவம்.

அந்தக் குழந்தைக்குப் பெயரிடும் தினத்தில் ஜேசுதாஸின் நினைவில் ராஜசேகர் கிடையவே கிடையாது. ஆனால், கர்த்தரின் அருளால் அவளுக்குச் சூட்டப்பட்ட பெயர் இவ்விதமாக அமைந்தது காருண்யா!

பஸ்கள் வரும்போது பஸ் ஸ்டாண்ட் என அழைக்கப்பட்ட இடம், மற்ற நேரங்கள் ராஜசேகரின் ஒற்றைக் காரைக் கொண்டு 'கார் ஸ்டாண்ட்' என அழைக்கப்பட்டது.

காரில் சாய்ந்து சவாரிக்காக ராஜசேகர் நின்று கொண்டிருந்தான். பக்கத்தில் டாம்பீக உடைகளோடு எடுப்பாக ஓர் ஆசாமி நின்றிருந்தார்.

'இந்த கிராக்கி மாட்டும்' என ராஜசேகர் மனதுக்குள் எண்ணினான். அவரும் காரை பார்த்துக்கொண்டேயிருந்தார். வானம் மேகமூட்டமாயிருந்த பருவம் அது.

ராஜசேகரும் அவரும் ஒருவரை ஒருவரும் பிறகு, அவர் காரையும் பார்த்துக்கொண்டிருந்த காட்சியானது அப்படியே உறைந்து, 'கார்காலம்' முடியும் மட்டும் அது நீடிக்கும் என்பதாகத் தோன்றியது. ராஜசேகர் மௌனத்தை உடைத்தான்.

"எங்கே போகணும்ங்க?"

"சின்ன தாராபுரம்."

"உட்காருங்க" என்று கார் கதவைத் திறந்துவிட்டான் ராஜசேகர்.

அவர் ஏறி அமர்ந்ததும் காரைக் கிளப்பினான். வண்டி சின்ன தாராபுரம் நோக்கிச் சீறியது.

சின்ன தாராபுரம் சென்றதும் அவர் இறங்கி, "இருப்பா, சில்லறை மாத்திக்கொண்டு வர்றேன்" என்று பெட்டிக்கடைக்குப் போனார். 'சரி, நூறு ரூபாய் நோட்டாக இருக்கும். அதைத்தான் மாற்றப் போகிறார்' என ராஜசேகர் நினைத்தான்.

பெட்டிக்கடைக்குப் போய் அவர் இரண்டு ரூபாய் எடுத்து நீட்டி, குயில் பீடி ஒரு கட்டு வாங்கினார். சில்லறை மாற்றிக்கொண்டு வந்து ராஜசேகரிடம் நீட்டினார் ஐம்பத்தைந்து பைசாவை. அதாவது, ஆதிமங்கலத்துக்கும் சின்ன தாராபுரத்துக்கும் உண்டான பஸ் சார்ஜ்!

திகிலடைந்த ராஜசேகர், "ஏங்க. இருபத்தஞ்சு ரூபா குடுங்க" என்றான்.

"ஏப்பா, சும்மா நின்னவன நீதானப்பா கூப்பிட்டே" என்றும், "நீ ஒண்ணும் ஆகாச மார்க்கமா வருலீல்ல" என்றும் அவர் கூப்பாடு போட்டார்.

"அம்பத்தஞ்சு காசு குடுக்கறவனுக்கு ஆகாச விமானம் வேறயா?" என்று ராஜசேகர் கேட்டதற்கு, அடிக்கக் கை ஓங்கினார். அவருக்கு சார்பாக ஆட்கள் திரண்டனர். மிரண்ட ராஜசேகர் வண்டியைக் கிளப்பினான்.

உலகத்திலேயே அதிகுறைச்சலான வாடகைக்குக் கார் ஓட்டிய ராஜசேகர், கார் விஷயத்தில் உருவங்கண்டு எடை போடாமல் இருக்கவேண்டும் என்ற ஞானம் பெற்றான். இனி, வாடகை தீர்மானிக்காமல் வண்டி எடுக்கக்கூடாது என்றும் முடிவு செய்தான்.

ஆதிமங்கலத்தின் பரவசங்களிலும் பிரசவங்களிலும் அரசியல் நிகழ்வுகளிலும் இன்றளவும் வாடகைக் கார்கள் மகத்தான இடம் வகிக்கின்றன.

அன்றைக்கு பாட்டுக்காரர் வீட்டு செல்லையாமீது கேஸ் கொடுக்க போலீஸ் ஸ்டேஷன் போவதற்கு சிவசாமியும் வெள்ளைச்சாமியும் கார் எடுத்தார்கள். வெள்ளைச்சாமி முன்பக்கம் அமர்ந்து கையைக் கதவின்மீது மடித்து வைத்துக்கொண்டு கம்பீரமாக வெளியில் பார்த்தவாறு அமர்ந்தான். அப்போது சிவசாமி கூறியது இப்படி.

"வெள்ளை! கார்ல ரெண்டே ரெண்டு விஷயம்தாண்டா. நாம் கார்ல போறது மத்தவங்களுக்குத் தெரியறமாதிரிப் போறது ஒண்ணு. இன்னொண்ணு, நாம போறது எவனுக்குமே தெரியப்படாது... கையை உள்ள வச்சிக்கிட்டு கண்ணாடிய ஏத்திவுடு!"

●

டார்ச் லைட்

வெள்ளிக்கிழமையும் அதுவுமாக, அப்புக்குட்டி என்று அழைக்கப்படுகிற கிருஷ்ணசாமி காய்ச்சலில் விழுந்துவிட்டான். வீட்டில் அனத்துவதும் முனகுவதுமான அவனது அவஸ்தையைக் கண்டு வள்ளியம்மாளைக் கூப்பிட்டுவிட்டார்கள்!

வள்ளியம்மாள் சாமியாடுகிறவள். சின்ன அளவிலான போலிச் சாமியாரிணி! கையோடு கொண்டுவந்திருந்த சுருக்குப் பையிலிருந்து திருநீறை எடுத்தாள். அதற்குள் கற்பூரம் பொடித்துப் போடப்பட்டு இருக்கும். கிருஷ்ணசாமிக்கு அதை தின்னக் கொடுத்தாள்.

"இந்த விபூதியைத் தின்னு சாமி!" அவன் அதைத் தின்று முடிக்கவும்...

"கசக்குதா?" என வினவினாள்.

"ஆமா!"

கற்பூரத்தைக் கலந்து தின்றால் இனிக்கவா செய்யும்?

"பாத்தீங்களா... விபூதி கசக்குதாம்! இது காத்து, கருப்பு வேலைதான்!" என்று குடும்பத்தாருக்குத் தெரிவித்துவிட்டு, கிருஷ்ணசாமியைப் பார்த்துக் கேட்டாள்:

"நேத்து எதையாவது பாத்துப் பயந்துக்கிட்டியா?"

"ம்!"

"என்னத்தைப் பாத்தே?"

"கொள்ளிவாய்ப் பிசாசு!"

"எங்கே வெச்சுப் பாத்தே?"

"குறிஞ்சியில!"

'குறிஞ்சி' எனப்படும் ஊர் மண்டபம் கீற்று வேயப்பட்ட குளிர்ந்த பரப்பு. உண்மையில் நடந்தது என்னவென்றால், வெள்ளிக்கிழமை ஆட்டுச் சந்தைக்காகக் கொங்கன்குளத்திலிருந்து வந்திருந்த ஒச்சாத்தேவர், வியாழக்கிழமை இரவு குறிஞ்சியில் படுத்திருந்தவர், பணத்தை எண்ணுவதற்காக டார்ச் லைட்டைப் பயன்படுத்தியிருக்கிறார்! தூரத்திலிருந்து வெளிச்சத்தைப் பார்த்த கிருஷ்ணசாமிக்குக் கிலி தொற்றிவிட்டது.

கொள்ளிவாய்ப் பிசாசினால் ஏற்பட்ட காய்ச்சல் தணிய, ஒரு மண்டல காலம் ஆனது. அதற்குள்ளாகவே நான்கு டார்ச் லைட்டுகள் ஊருக்குள் இறங்கிவிட்டன! பச்சை பெல்ட்டுக்குள் பொதிந்திருக்கும் பணப்பையைவிட, ஒச்சாத்தேவரின் டார்ச் லைட் வசீகரம் பெற்று விளங்கியது.

"மூணு கட்டை" பேட்டரி அது! கருப்பு நிறமுள்ள துவரம் பருப்பு போலிருக்கும் அதன் பட்டன் பலரிடமும் வம்பாடு, வனபாடு பட்டு பெருவிரல் அழுத்தத்தை ஸ்பரிசித்தது.

ஒருவர் வாங்கி, அதைக் கிழக்குப் பக்கமாக அடித்துப் பார்க்க... ஊமத்தம்பூவை நீட்டிவிட்டதுபோல், வட்டம் மாறாமல் விரிவாகிக்கொண்டு ஒளிக்கற்றை சென்றது.

"யப்பா... சந்திரமண்டலத்துக்கே போகுமாட்டம் இருக்குதேய்யா வெளிச்சம்!" என்று வியப்பை அவர் தெரிவிக்க, பத்திரமாக டார்ச்சை வாங்கி வைத்துக்கொண்டார் ஒச்சு.

அவரது ஊரிலும் ஆதிமங்கலத்திலும் வாறவன், போறவனுக்கெல்லாம் வெளிச்சம் அடித்துக் காட்டியே, வாரம் ஒரு தடவை பேட்டரி செல்கள் வாங்கவேண்டிய நிலைக்கு ஆளாகியிருந்தார்!

காசை கரியாக்குவதுபோல் காசை வெளிச்சமாக்குவதிலும் நஷ்டம் வந்தது. கரூர், தாராபுரம் பக்கம் போய்வந்த சிவன்காளை, கந்தசாமி, வரதராஜூ, காத்தமுத்து ஆகியோரும் பேட்டரி லைட்டுகள் வாங்கினார்கள். அதைத் தொடர்ந்து ஒச்சாத்தேவரின் மவுசு ஓய்வெடுக்க, உள்ளூர் பேட்டரிகள் புதிய வெளிச்சத்தைப் பாய்ச்சத் தொடங்கின.

கந்தசாமியைச் சிலர் 'கள்ளுக் கந்தசாமி' என்றே அழைப்பார்கள். இடை கயிறு இல்லாமலே பனையேறும் திறனும், கள்ளுமுட்டியிலேயே கள்ளை திருடிக் குடித்துவிட்டு இறங்கிவிடும் தொழிலும் வாய்க்கப்பெற்றவன்.

உள்ளூர் வல்லவனுக்கு கந்தசாமியால் பாதிப்பு வந்தது. பாளையை இடுக்கிப் பார்த்து, அதிலிருந்து இரண்டு சொட்டுகள் கசிகிறபோதே,

எவ்வளவு 'கள்' தேறும் என்பதை வல்லவன் யூகிப்பார். அப்படியிருக்க, சிலசமயம், மரங்களில் கள்ளின் அளவு குறையக் கண்டு, திருட்டுப்போவதைப் புரிந்துகொண்டார். பனைமரங்களில் திருக்கை முள், கருவேல முட்களைப் பதிக்க ஆரம்பித்தார்.

அடுத்து வந்த நாட்களில் கந்தசாமிக்குக் காலில் ரத்தம் வந்தது... கள்ளுத் திருட்டும் குறைந்தது!

ஆனால், பேட்டரி லைட்டின் வரவு, பனைமரத்தில் கட்டப்பட்ட முட்களைக் களைய ஆரம்பித்தது. வல்லவன் டிரான்சிஸ்டரோடு பனை ஏறினான் என்றால், கந்தசாமி டார்ச் லைட்டை தோளில் போட்டுக்கொண்டு பனையேறினான். தோளில் மாட்டுவதற்கு வாகாகச் சூட்டிக்கயிறு கொண்டு டார்ச்சுக்குத் தாலி கட்டுவான் இரவுகளில்!

''முள்ளா வைக்கிறே, வல்லவா... வல்லவனுக்கு வல்லவன் வையகத்துல உண்டுடா!" என்று கள்ளுக் கிறக்கத்தில் கந்தசாமி முனகிக்கொண்டே திரும்புவான்.

வல்லவன் தணியாத கோபம் கொண்டார். 'தினமும் உலகத்தை மேலிருந்து பார்க்கிற தம்மிடமே இந்த வேலைத்தனமா?' என்று மாளாத ஆத்திரம் வந்தது. முற்றிலுமாக முறியடித்துவிட வேண்டும் இந்தத் திருட்டை என முடிவு செய்தார். எதைக் கொண்டு முறியடிப்பது?

எருக்கலைப் பால், ஊமத்தஞ்சாறு இரண்டும் நினைவுக்கு வந்தன. 'இரண்டில் ஊமத்தஞ்சாறே போதும்' என்று கருணையோடு முடிவு பண்ணி, ஊமத்தஞ்சாறைக் குறைவான அளவில் சூணாங்காட்டு ஈசான்ய மூலையிலிருந்த மரத்தின் கலயத்தில் தடவிவிட்டார்.

அந்த இரவு டார்ச் வெளிச்சத்தில் மரமேறிய கந்தசாமி, கள்ளைக் குடித்துவிட்டுத் திரும்பும்வழியில், "ஒருநாளும் இல்லாத திருநாளா, இவ்வளவு மப்பா இருக்குதே கள்ளு!" என முனகிக் கொண்டான்.

கள்ளிலே கலந்த ஊமத்தஞ்சாறு அவனை மறுநாள் காலையில்கூட தெளிவுபெற விடவில்லை. கழிச்சல்வேறு ஆரம்பித்துவிட்டது!

போய்ப் போய் வரமுடியாதென, ஒரேயடியாக எல்லை கட்டாரி பக்கம் போய் உட்கார்ந்துவிட்டான். சுதாரிக்கமுடியாமல் பீச்சிக்கொண்டு வந்தது. 'குடல், குண்டாமணி எல்லாம் வெளியே வந்துரும்போலிருக்கே!' என்று பயந்தான். அழவும் தெம்பில்லை!

சோற்றில் ரசமும் மோருமாகக் கலந்து தின்று, ஒரு வாரம் கழித்தே தெம்பு தேர்ந்தான் கந்தசாமி. பிறகு தப்புக்குப் போகவே இல்லை!

வல்லவனுக்கு வல்லவன் உண்டுதான். இந்த வல்லவனுக்கும் உண்டு வழுக்குப்பாறை!

சிவன்காளை வீட்டுக்குள்ளும் பேட்டரி தன் திருவிளையாடலை நடத்திவைத்தது. அவரது பன்னிரண்டு வயது மகன் ரொம்ப சிக்கனக்காரன். அந்தச் சின்னவயதிலேயே நீர்மோரில் வெண்ணெய் எடுக்கிறவனாக விளங்கினான்.

டார்ச் லைட்டின் பேட்டரி தீர்ந்துபோனதும், ஒருநாள் முழுக்க அதை வெயிலில் காயவைத்துத் திரும்பப்போட்டான். லைட் கொஞ்சநேரம் எரிந்தது.

அப்புறம் அதே முயற்சி செய்தபோது எடுபடவில்லை. ஆனால், பேட்டரி செல்லுக்காக மறுபடி செலவுசெய்வது அவனுக்குப் பிடிக்கவில்லை.

மறுநாள் பேட்டரிக்குக் கரன்டு ஏற்றத் தீர்மானித்தான். எரிகிற நாற்பது வாட் பல்பைக் கழற்றிவிட்டு, ஹோல்டருக்குள் பேட்டரி செல்லைத் திணிக்க முற்பட்டு, கரன்ட் ஷாக் வாங்கினான்.

பிடரியில் அடித்துவிட்டு, உடனே காணாமல்போனது யார் எனத் திரும்பிப் பார்த்தான். பிறகு, அதிர்ச்சி நீங்காமல் அப்பாவிடம் விஷயத்தை எடுத்துரைத்தான்.

“பாவி, அப்படியெல்லாம் கரன்டைப் புடிக்கறதுக்கு, இதென்ன தண்ணிக் குடமாடா? செல்லு தீந்தா, வேற வாங்கித்தான் ஆகணும். இனிமே கரன்டைத் தொட்டுடாதே.” என மைந்தனிடம் எச்சரித்துவிட்டு, வரதராஜுவைப் பார்க்க வந்தார்.

“உங்ககிட்ட எதுக்கு வந்தேன்னா... இந்த கரன்டு உடம்புலயே தங்கி, பின்னாடி ஏதும் வினை பண்ணிருமானு கேக்கத்தான்! சொல்லுங்க... மூலனூர் போய், டாக்டர் கிட்டர பாக்கணுமா?” என்றார்.

எரிச்சலானார் வரதராஜு. “அதெல்லாம் ஒண்ணும் வேணாம்... உங்க வினையெல்லாம் தீரணும்னா, ஒரே காரியம்தான் பண்ண ணும்!”

“என்ன?”

“குடும்பமே கிளம்பிப்போய் எங்கேயாவது குகையில இருந்துக்குங்க... எப்படிடா கூறே இல்லாம, இப்படியெல்லாம் பொழைக்கறீங்க?” என சிவன்காளையை சகட்டுமேனிக்குத் திட்டி அனுப்பிவைத்தார் வரதராஜு.

வெள்ளிக்கிழமைச் சந்தையில் இப்ராஹிம் ராவுத்தர், பூட்டு ரிப்பேர்க்காரராக இருந்து பேட்டரி லைட் ரிப்பேர்க்காரராகவும் மறுமலர்ச்சி அடைந்தார். எந்தவொரு பொருளையும் திருகியோ, தட்டியோ நோண்டிக்கொண்டிருந்தாலே மாற்றம்வரும் என்ற

எளிய சூத்திரத்தைக் கொண்டு அவர் பூட்டு, டார்ச், குடை என்று சகலத்தையும் நிவர்த்திசெய்தார்.

எல்லா கிழமைகளிலும் இருளும் வெளிச்சமும் வருகின்றன. சம்பவங்கள் நடக்கின்றன.

ஒரு புதன்கிழமை நள்ளிரவு, ஊருக்குள் நீலாம்பரி என்ற பெண் காணாது போனாள். அவளைத் தேடுவதற்கு, ஐந்து கட்டை பேட்டரி லைட்டை வாங்குவதற்கு காத்தமுத்துவின் வீட்டுக்கு பலரும் போனார்கள். தூக்கக் கலக்கத்தில் கண்விழித்த காத்தமுத்து வீடெல்லாம் தேடிப் பார்த்துவிட்டு, "ஐயையோ.. காணோமே!" என்றார். அவருடைய மகன் உதயகுமாரையும் காணவில்லை! வீட்டிலிருந்த ஐந்து கட்டை பேட்டரி லைட்டையும்தான்! உதய குமாரும் நீலாம்பரியும் திரும்ப ஆதிமங்கலத்துக்கு வரவேயில்லை!

●

டெலிபோன்

சிங்காரவேலனே தேவா...' என்று, தனது நாதஸ்வரத்தில் கொஞ்சிக் கொண்டிருந்த வித்வான் சண்முகநாதனை, ஒரு சிறுவன் ஓடிவந்து அழைத்தான்.

வீட்டைச் சுற்றி கவிந்திருந்த நாதவெள்ளத்திலிருந்து வெளியேறி வந்து, "என்னடா?" என்றார் சண்முகநாதன்.

"உங்களுக்கு போன் வந்துருக்குதாம்... போஸ்ட்மாஸ்டர் கூட்டியாரச் சொன்னார்!"

சட்டென வீட்டுக்குள் புகுந்து சட்டையை அணிந்துகொண்டு தபாலாபீஸுக்கு நடந்தார் சண்முகநாதன். ஊரில் அவர்தான் நாதத்தின் ஏக சக்ரவர்த்தி!

அவருக்கு ஒத்து ஊதுபவரும் தவிலும் ஜால்ராக்களும் பக்கம் பாட்டில், வெவ்வேறு ஊர்களில் இருக்கிறார்கள். இவரே அவர்களை ஒருங்கிணைத்து, ஊர்கள்தோறும் போய் வாசித்துவந்தார்.

தபாலாபீசில் கருப்பு நிறத்தில் மினுங்கும் தொலைபேசி வந்து நான்கு நாட்கள்தான் ஆகியிருந்தன. மூலனூர் எக்சேஞ்சிலிருந்து 'இருபத்தாறு' என்ற எண்ணை அதற்குத் தந்திருந்தனர்.

போஸ்ட் மாஸ்டர் தவிர்த்து, முதலாவதாக யாருக்கு போன் வரும் என்று ஊரே மர்மமான எதிர்பார்ப்பில் காத்திருக்க, கடைசியில்... இல்லையில்லை... முதலில் அந்த நாயனக்காரருக்கு நற்கதி வாய்த்துவிட்டது!

அவர் போகும்போதே தபாலாபீசு, நிச்சயதார்த்த வீடுபோல உள்ளும்புறமும் ஆட்களால் நிரம்பியிருந்தது. அவ்வளவுபேரும் சண்முகநாதன் போன் பேசுவதைக் காணத் திரண்டிருந்தனர்!

“நாதா, உனக்கு போன்ப்பா!” என்று வரவேற்றார்கள். ‘நாதா’ என்ற அழைப்பு, அவரது பெயருக்கும் நாத அலை கிளப்பும் அவரது தொழிலுக்குமான சிலேடை.

தொலைபேசி அருகில் ஸ்டூல் ஒன்றைப் போட்டு, சண்முகநாதனை போஸ்ட்மாஸ்டர் ஏ.எஸ்.கே. அமரவைத்தார். நாதஸ்வரர், ‘நாம் வாசிக்கிறதைக் கேட்கக்கூட இவ்வளவு ஆர்வமா யாரும் கூடினதில்லையே?!’ என மனதுக்குள் நினைத்தார்.

“யாரோ வெள்ளக்கோவில்ல இருந்து உங்ககூட பேசப் போறாங்களாம்! மூலனூர் எக்சேஞ்சிலிருந்து சொன்னாங்க. பொறுங்க, ஒரு அரைமணி நேரத்துல கால் வந்துடும்...” என்றார் ஏ.எஸ்.கே.

கூட்டம் நின்றும் கலைந்தும் உலவியும் அமர்ந்தும் காத்திருந்தது. மாற்றிமாற்றி கூட்டத்திலுள்ளோர் டீயும் பீடியும் குடித்துவிட்டு வந்து காத்திருக்க ஆரம்பிக்கவும், சண்முகநாதனுக்கு உதறலெடுத்தது.

“வெள்ளக்கோவில்ல எனக்குத் தெரிஞ்சவங்க யாரும் இல்லையே?!” என்று அவர் புலம்பியபோது, தொண்டை வறண்டு அடைத்துக்கொண்டது. ஏ.எஸ்.கே., அவருக்குத் தண்ணீர் சப்ளை செய்தார். பச்சைத் தண்ணீர்கூடக் குடிக்காது ஒன்றரை மணி நேரம் தொடர்ந்து ஊதவல்லவர்தான் சண்முகநாதன்.

கால்மணி நேரத்தில் எதிர்பார்த்த போன், மூன்று மணிநேரம் கழித்து ‘ட்ரிங்... ட்ரிங்...’ என்றது. ஏ.எஸ்.கே.யின் கை, டெலிபோன் ரிஸீவரில் பக்குவமாக பாய்ந்தது.

எடுத்து காதில்வைத்து, தூரத்து சி.எஸ்.ஐ. தேவாலயம் வரை கேட்பதுமாதிரி, “ஹலோ!” என்று கத்தினார். பேச்சுக் கேட்டதும் முகமலர்ந்து, “இருங்க... நீங்க தேடுற பீப்பீ, பக்கத்துலதான் இருக்கார்! தர்றேன்...” என ரிஸீவரை சண்முகநாதனிடம் தந்தார், அவரை ஏ.எஸ்.கே. இப்படி அழைத்ததைச் சிரித்து ஆமோதித்தது கூட்டம்!

நாதன் போனை வாங்கி, “சார்!” என அழைத்துப் பேசினார். “ஆமாங்க! நான்தானுங்க... சரிங்க, வந்துடறேன்... கட்டாயமா!”

இவ்வளவு மட்டும் பேசிவிட்டு, ரிஸீவரை ஏ.எஸ்.கே.விடம் தர... அவர், அதனது இடத்தில் வைத்தார்.

‘இவ்வளவு குறைவாகப் பேசுவதைக் கேட்பதற்கா இவ்வளவு நேரம் காத்திருந்தோம்?’ எனக் கூட்டத்துக்குச் சப்பென்று போய்விட்டது.

இருந்தாலும் ஏமாற்றத்தை மறைத்துக்கொண்டு, "என்ன விஷயம்?" என சண்முகநாதனிடம் வினவினார்கள்.

"வெள்ளக்கோவில் வீரக்குமார் கோயில் தேர்த் திருவிழாவுல மூணாவது நாள் என்னோட கச்சேரி... பித்துக்குளி முருகதாஸ் பாட வர்றதுக்கு முந்தி, நான் வாசிக்கணுமாம்!"

கூட்டம் கலைந்துபோவதுவரை, வாடிய முகத்துடன் சண்முகநாதன் ஸ்டூலிலேயே அமர்ந்திருந்தார்.

ஏ.எஸ்.கே. உற்சாகமாக, "நல்ல சான்ஸ்! நல்லா வாசிங்க... ஊர் பேரைக் காப்பாத்தறமாதிரி வாசிக்கணும்!" என்று தட்டிக் கொடுக்காத குறையாகச் சொன்னார்.

சண்முகநாதன், "நீங்க சொல்றதெல்லாம் சரிதான்... எனக்கொரு மனக்குறை!" என்றார்.

"சொல்லுங்க."

"ஊர்ப் பசங்களை விடுங்க... படிக்காதவங்க, பாமரனுங்க இருப்பாங்க. அவங்க என்னை எப்படியும் கூப்டுட்டுப் போகட்டும், பரவாயில்லை... நீங்களும் என்னை 'பீப்பீ'னு சொல்லலாமா?"

"ஐயையோ... நீங்க தப்பா நெனைச்சுட்டீங்க சண்முகநாதன்! இதுமாதிரி குறிப்பிட்ட ஒரு நபருக்கு போன்கால் வந்தா அவரை 'பீ.பீ'னு சொல்லச்சொல்லி மேலிடத்துல இன்ஸ்ட்ரக்ஷன் குடுத்திருக்காங்க! அதாவது, 'பர்ட்டிகுலர் பர்ஸன்'னு அர்த்தம்" -சமாதானம் செய்வித்தார் ஏ.எஸ்.கே.!

"சரி, நான் வர்றேன்!" என்று தபாலாபீசை விட்டு வெளியேறிய சண்முகநாதன் ஏதோ முணுமுணுத்தவாறே நடந்தார்.

ஒரத்துப்பாளையம், ஓசப்பாளையம், வஞ்சிவலசு எனப் பக்கத்திலுள்ள மீச்சிற்றூர் மக்கள் மெல்ல ஒரு நடை தபாலாபீசு வரை நடந்துபோய், போஸ்ட்மாஸ்டரிடம் அரை மணி, ஒரு மணி நேரங்கள் பேசிவிட்டு, கருப்புநிற டெலிபோனை ஆர்வமாக ஓரக் கண்ணால் கண்டுகளிப்பார்கள்.

சில தாங்காத ஆர்வலர்கள், "ஏனுங்க... நமக்கொருக்கா இதைப் போட்டுக்காட்டுங்க!" என்று கேட்டுக்கொள்வார்கள். பதிலுக்கு ஏ.எஸ்.கே., "ஏய்யா... போட்டுக்காட்ட, இதென்ன சினிமாவா?" என்று விரட்டியடிப்பார்.

தபாலாபீசு போனைத் தொடர்ந்து, மணியாரர் வீட்டுக்கு, வரதராஜு வீட்டுக்கு, தனசேகரன் வீட்டுக்கு என அடுத்தடுத்து போன் இணைப்புகள் வந்தாலும், பொதுஜனத் தொடர்போடு

இருந்த அந்த தபாலாபீசு போன், வெகுநாட்கள் முக்கியத்துவத்தை இழக்காமல் இருந்தது!

வரதராஜுக்கு இரண்டு பெண்கள். சூரியனும் நிலவும் பாராதபடிக்கு, அவர்களை பொத்திப்பொத்தி வளர்த்தார். காம்பௌண்ட்டுக்கு ரொம்பவும் உள்ளாறத் தள்ளி, வீட்டின் கதவு இருந்தது.

இளைஞர்கள் தெருவைக் கடந்துபோகும்போது, கழுத்தை வளைத்துக் கண்ணை ஒரு ஓட்டு ஓட்டுவார்கள். பெண்கள் யாரையேனும் அவர்கள் பார்க்கநேர்ந்தால், அவ்வளவுதான்... குஷியோ குஷி! மங்கிய இருட்டிலும் மகாதேவதையாகக் காட்சியளிக்கும் அவர்களது நிற ரூபம் அத்தகையது.

முதலாவது பெண்ணை பெண்பார்க்க வருகிற நாளில், வெளியூரிலிருந்து அந்த 'டய'த்துக்கு போன் வருமாறு வரதராஜு ஏற்பாடு செய்திருந்தார். கல்யாணப் பேச்சு சமயத்தில் மணி அடித்ததால் வருபவர்கள் அசந்துபோவார்கள்... சகுனமும் நல்லதாக அமையும் என்ற அவர் கணக்குப்படியே போன் அடித்தது. இடம் அதிர்ந்துவிட்டது!

ஆனால், அவரது எதிர்வீட்டு ஜெகதீசன் அப்படியான காரியம் செய்தபோது, விளைவு வேறுமாதிரி இருந்தது! ஜெகதீசன் தன் நண்பன் ஒருவனிடம் காசும் வரதராஜு வீட்டு நம்பரும் கொடுத்து, அந்த எண்ணுக்குப் பேசி, தன்னை அழைக்குமாறு சொல்லி அனுப்பி யிருந்தான். அவன் எதிர்பார்த்தபடியே தொலைபேசி அழைப்பு வந்தது.

குளித்துப் புத்தாடைகள் அணிந்து, எதிர்வீட்டுப் பெண்களை அவர்கள் வீட்டுக்குள்ளேயே அருகில் பார்க்கத் தயாராக இருந்த ஜெகதீசனை, வரதராஜு வீட்டு வேலைக்காரன் வந்து கூப்பிட்டான். கனவுகளுடன் தாவி வந்தவனை கேட்டிலேயே நிறுத்தினார் வரதராஜு.

"யாரைக் கேட்டு இப்படி நம்பரையெல்லாம் கண்ட நாய்க்கும் தர்றே? இனிமே உம் பேரைச்சொல்லி போன் வந்துச்சுனா நல்லா இருக்காது, பாத்துக்கோ!" என வைது திருப்பி அனுப்பிவைத்தார்! கம்பியின் மகத்துவம்பற்றியும் அறிந்தவர், தம்பிகளின் சேட்டைகளைப் பற்றியும் அறிந்தவர் அவர்.

தனசேகரன் வீட்டுக்கு புதிதாக போன் வைக்கப்பட்ட மாலையில், ஓரிரு தடவைகள் மணி அடித்துவிட்டு, யாரும் எடுப்பதற்குள் ஓய்ந்துவிட்டது. அப்போது, தனசேகரன் இன்ஜினீயரிங் கல்லூரியில் சேர்ந்திருந்த புதுசு. அட்மிஷன் மட்டும் முடிந்து, ஒரு நாள்கூடக் கல்லூரி சென்றிருக்கவில்லை அவன்.

திரும்பவும் மணியடிப்பதற்காக தெருவே காத்திருந்தது. தகவலறிந்த கூட்டத்தில் கலந்த கண்ணுச்சாமி, புதிதாக ஒரு கற்பனையை உற்பத்தி செய்து பரப்பினார்.

“அவனெல்லாம் எங்கேப்பா இன்ஜினீயர் ஆகப்போறான்? காலேஜிலிருந்து ‘உன்னைய ரத்து பண்ணிட்டமப்பா’னு சொல்லத்தான் போன் வந்திருக்கும்!”

காபி குடித்துக் கண்விழித்த தனசேகரன் குடும்பத்தாருக்கு, இந்தச் செய்தி வயிற்றைக் கலக்க ஆரம்பித்தது. தனசேகரன் ஜீவியக் கனவுகள் இடிந்து, இருண்டுபோய்க் காட்சியளிக்க ஆரம்பித்தான்.

மறுநாள் காலைதான் மறுபடியும் மணி ஒலித்தது. மூலனூர் எக்சேஞ்சில் இருந்து பேசினார்கள்.

“நேத்தே கூப்பிட்டோம், நீங்க யாரும் எடுக்கலை! ‘போன் வேலை செய்யுதா?’னு பாக்கத்தான் கூப்பிட்டோம். சரி, வெச்சுடுங்க.” என்றார்கள்.

தி.க.காரரான நாராயணசாமியை, அவருடைய மகன் சென்னையிலிருந்து அழைத்து, தபாலாபீசுக்குக் கூப்பிட்டுப் பேசினான். பேசி முடித்தவரிடம் ஏ.எஸ்.கே. கேட்டார்:

“ஏய்யா... சாமி இல்லே, சாமி இல்லைங்கறியே! சாமி இல்லீன்னா, இப்படி ஐந்நூறு மைலுக்கு அந்தப்புறம் இருக்கிறவங்கூடப் பேசமுடியுமாய்யா?”

டெலிபோனின் செயல்முறைகள் அப்போதைக்கும் முழுமையாகத் தெரியாததால், நாராயணசாமி பதில் பேசமுடியாமல் திரும்பினார். அதன்பிறகு மீட்டிங்கில் கலந்துகொள்ளப்போகும் நாட்களில், அவர் அணிகிற கருப்புச்சட்டையை குனிந்து பார்க்கையிலெல்லாம் அவருக்கு டெலிபோன் கருப்பு நினைவுக்கு வந்தது.

பிற்பாடு, நாராயணசாமி ‘அய்யப்பன் குருசாமி’ ஆனார். அப்போதும் கருப்புச் சட்டைதான்! ஆனால், அப்போது அவருக்கு டெலிபோன் என்பது தெய்வசக்தி சம்பந்தப்பட்ட விஷயம் இல்லை என்பது ரொம்ப நன்றாகவே தெரிந்திருந்தது.

அவரது கொள்கை மாறியதுபோலவே, ஊருக்குள் டெலிபோன்களின் கலரும் நிறையவே மாறியிருந்தது.

•

லவுட் ஸ்பீக்கர்

பேரன்புக்கும் பெருமதிப்புக்கும் உரிய பெரியோர்கள், தாய்மார்கள், உறவினர்கள் அனைவரும் எடுத்துச் சொல்லியுங்கூட வேலுச்சாமி செவிமடுக்கவில்லை. காட்டை கிரயம் எழுதப் போகுமுன் கணக்குப் பிள்ளையும் சொல்லிப் பார்த்தார் என்றாலுங்கூட வேலுச்சாமி கேட்கவில்லை. பெற்ற தாயே ஆனாலுஞ் சரி... படைத்த பிரம்மனே ஆனாலுஞ் சரி... எடுத்த முடிவை மாற்றுவதில்லை என கொண்ட லட்சியத்திலே உறுதிமாறாமல் இருந்தார். பூர்வீகச் சொத்தான தனது காட்டை விற்று, அதில் வரும் பணத்திலே மைக்செட் வாங்கிப் போடுவது என்பதிலே உறுதியாக இருந்தார்.

இவ்வளவு பிடிவாதத்துக்கு என்ன காரணம் என்று ஒரு கணம் சிந்தித்துச் சீர்தூக்கிப் பார்ப்போமேயானால், ஒரு கூம்பு வடிவம்தான். ஆங்கிலத்திலே "கோன்' என்று சொல்லுவார்களே... அந்தக் கூம்பு வடிவம்தான் வேலுச்சாமியை அந்த முடிவை எடுக்கத் தூண்டியிருக்க வேண்டும்.

ஆவடி காங்கிரஸ் மாநாட்டுக்கு மிக இளைஞனாக போய்த் திரும்புகிற வழியில், திருச்சியிலிருந்து வரும்போதே கிராமபோன் ரெக்கார்டுடன் வந்தவர்தான் இவர். வந்து சேர்ந்தபோது இரவு பதினோரு மணி.

"கொக்கரக்கோ' எனக் கூவிய சாமச் சேவல்களுக்குப் போட்டியாக பாட்டைப் போட்டுவிட்டார்.

"சாமத்துல என்னப்பா சத்தம்?" என்று கேட்டு வந்தவர்களுக்கு, கருவியின் செயல்பாடுகளை விளக்கிவிட்டு, மீண்டும் பாட்டுப் போட்டுக் காட்டிய வண்ணமிருந்தார்.

அல்லும் பகலும் அயராது பாடி, இசைத்தட்டுகளின் வரிகள்மீது நகரும் ஊசிகள் காலியானதும்தான் ஓய்ந்தார். அதன் முடிவுறாத தொடர்ச்சியாகத்தான் சில ஆண்டுகள் கழிந்தபின் மைக்செட் வாங்கும் எண்ணம் வந்தது.

அவரது பூர்வீகநிலம், ஓணான்களும் அணில்களும்கூட வேண்டாவெறுப்பாக வசிக்கிற வறண்ட பூமி. ஆகையால், அதில் முக்கால்வாசியை விற்றுத்தான் மைக்செட் வாங்க முடிந்தது.

தேனினும் இனிய தெள்ளு தமிழ்ப்பாடல்கள் நிறைந்த இசைத்தட்டுகள், பத்து ட்யூப்லைட்டுகள், இரண்டு சார்ட் ஸ்பீக்கர்கள், யூனிட் கொண்டைகள், ஆம்ப்ளிபயர் மற்றும் ஏனைய தேவையான கருவிகளும் ஒளி, ஒலி அமைத்துத்தரும் விதத்தில் ஆதிமங்கலத்துக்கு வந்து சேர்ந்தன. கரன்ட் இல்லாத இடங்களுக்கும் ‘பாட்டரி’ மூலம் ஒலியும் ஒளியும் அமைத்துக் கொடுக்குமளவுக்கு ஆயத்தமாகவே இருந்தார். ‘ஆராவமுது சவுண்ட் சர்வீஸ்’... தனது மைந்தனின் பெயரை மைக்செட்டுக்குச் சூட்டினார் வேலுச்சாமி.

மூலனூர் கிட்டுமணி ஆலோசனை நல்கினார். “ரேடியோ மட்டும் பத்தாதப்பா. கூடவே நாலு சைக்கிளை வாங்கிப் போடு. மைக்கும் சைக்கிளும் அண்ணந்தம்பி மாதிரி.”

ஆலோசனை ஏற்கப்பட்டது. இன்னொன்றுங்கூட உபரியாக வாங்கப்பட்டது. பெட்ரோமாக்ஸ்... அண்ணந்தம்பிக்கு அது செல்லத் தங்கச்சி. இண்டாங்காடு முதல் சம்பங்கரை வரை ஒரு முப்பது மைல் சுத்தளவுக்கு காடு கரைகளெல்லாம் பட்டி தொட்டிகளெல்லாம் பாட்டைப் பரப்பி வந்தது ‘ஆராவமுது’.

ஆதிமங்கலத்தில் ஜெயமணியின் ‘தெறட்டி’க்கு (பூப்பு நன்னீராட்டு விழா) பாட்டு போட்டுக்கொண்டிருக்கையில், ராசாத்தி அருகில் வந்தாள். வேலுச்சாமி பாடித் தேய்ந்துபோன ஊசிகளை எடுத்தெறிவதைப் பார்த்துவிட்டு, “இதென்ன?” என்றாள்.

“ஊசி. இது இருந்தாத்தான் பாடும். இதை இங்கே மாட்டணும்” என்று கிராமபோனின் தொடு கையை எடுத்துக் காட்டினார்.

“இதெல்லாம் காசு போட்டு வாங்கணுமா?”

“ஆமா.”

ராசாத்தி அந்த இரவு நேரத்தில் எங்கேயோ கிளம்பிப்போனவள் அரைமணி நேரங்கழித்துத் திரும்பிவந்தாள். காலெல்லாம் புழுதி அப்பி, தலைகலைந்து போர்க்கோலத்தில் வந்தவள், வேலுச்சாமியின் முன்னால் கருவேல மரத்தின் முட்களை எடுத்துப் போட்டாள். வேலுச்சாமி திகைக்கவும், “இதை மாட்டிப் பாட வைய்யி. ஊசிக்காசுல பாதி எனக்குக் கொடுத்தியானாபோதும்” என்றாள். பாட்டுப் பெட்டியின் சாவி குறைந்ததுகூடத் தெரியாமல் வேலுச்சாமி தொடர்ந்து

அதிர்ச்சியில் உறைந்தார். பி.சுசீலாவின் குரல் எம்.ஆர்.ராதாவின் குரலாகத் தேய்ந்து பாட ஆரம்பித்தது.

தொழில்நுட்பம் தெரிந்ததாக தன்னைக் கருதிக்கொண்ட ஒரு நபர், சந்தர்ப்பத்தை பயன்படுத்திக்கொண்டு பெட்டி அருகில் வந்து கீ கொடுப்பதற்காக சுற்றிவிட ஆரம்பித்தார். சுற்றுகிறவரின் ஆவேசம் வேலுச்சாமியை விழிப்படைய வைத்தது. "விடுய்யா" என்று சுற்றியவனைச் சத்தம் போட்டார்.

"இதென்ன ஆயில் இன்ஜினு ஸ்டார்ட் பண்றதுனு நெனச்சியா... உள்ளே ஸ்பிரிங் இருக்குதய்யா... மெதுவா சுத்தணும்." போதுமான அளவு சுற்றுத்திறனைப் பெற்றுக்கொண்டதும் மீண்டும் பாட ஆரம்பித்தது. 'காகித ஓடம் கடலலை மீது..."

"யேய்... என்னப்பா இது... நல்ல நாளும் அதுவுமா போடறாம் பாரு பாட்டு... வேற பாட்டைப் போடுப்பா" என்று ஒரு பெருசு சத்தம் போட்டது.

வேலுச்சாமிக்கு ரொம்பவும் இளகிய மனசு. அவர் மணலூர் காவடித் திருவிழாவுக்கு மைக்செட்டைக் கொண்டுபோயிருக்கையில் ஒவ்வொரு பாட்டு முடிவிலும் ஒரு ஆள் வந்து மைக்கை போடச் சொல்லி, "குளிப்பட்டி சுப்பிரமணி எங்கிருந்தாலும் உடனடியாக கொறட்டு வாசப்படிக்கு வரவேண்டும்" என்று அறிவித்துக் கொண்டே யிருந்தான்.

நான்கைந்து அறிவிப்புகளுக்குப் பின்பு வேலுச்சாமிக்கு பரிதாபம் மிகுந்துவிட்டது.

திருவிழாவில் காணாமல்போனவன் பற்றியும் அவனது குடும்பங் குழந்தைகளின் எதிர்கால நிர்க்கதி பற்றியும் கவலை கவலையாக வந்தது. மைக்செட் உதவியாளன் வெள்ளைத்துரையிடம், "நீ பாத்துக்கப்பா" என்று சொல்லிவிட்டு சுப்பிரமணியைத் தேடிக் கண்டுபிடிக்க தீர்மானம் பூண்டார்.

அடுத்தமுறை அந்த ஆள் அறிவித்து முடித்ததும், அருகில் சென்றார்.

"ஏப்பா, நீ யாரு? சுப்பிரமணிக்கு நீ என்ன வேணும்?" என்றார்.

அவன் சிறிதும் மாறாத முகத்துடன் சொன்னான், "நான்தாங்க சுப்பிரமணி. என் பேரை குழாயில கேக்கணும்னு ரொம்ப நாள் ஆசைங்க."

வந்த வெறுப்பில் அந்தக் கட்டத்தில் முடிவெடுத்தார். 'இந்தத் தொழிலையே விட்டுடணும்' என்று. ஆனால் முடிவுகளைச் செயல்படுத்த அதற்கென்று ஒரு காலம் ஆகவே செய்கிறது. ஆக, ஆவடியில் மைக்செட் வாங்க முடிவெடுத்தவர், மணலூர் காவடியில் அந்தத் தொழிலிலிருந்தே விலக முடிவெடுத்தார். ஆனாலும், அதற்கு தக்க சமயம் பார்த்துக்கொண்டிருந்தார்.

வேலுச்சாமியைவிட விழாக்களிலும் வைபவங்களிலும் அவரது உதவியாளன் வெள்ளைத்துரைமீதே பலரது கவனம் படியும்... அதற்கு அவனது இளவயது காரணமாயிருக்கலாம்.

விளக்குகளை கூசச் செய்யும் பளபளப்பில் ஒரே வண்ணமுடைய சட்டை அணிந்து காலரில் கர்ச்சீப் வைத்திருப்பான். அதன் நுனியைப் பிடித்து இழுத்து ஆம்ப்ளிபயரின் தூசி துப்புகளைத் தட்டிவிடும்போது, ஆம்ப்ளிபயர்மீது ஓர் அணில் நடனமாடுவது போன்ற காட்சி கிடைக்கும். எல்லாரும் அதை ரசிக்க, அவன் ரசித்தது என்னவோ அலமேலுவின் நடனத்தை. அவளது ரிகார்ட் டான்ஸ் தனது வாழ்க்கையையே ஆட்டம் காணவைக்கும் என்று அப்போது அவனுக்குத் தெரியாது.

ஆராவமுது சவுண்ட் சர்வீஸ் கரகாட்டங்கள் (சந்தையில மீனுவாங்கி புள்ள சலசலன்னு கொழம்பு வச்சு..),

கல்யாணங்கள் (சாப்பிடாதவர்களெல்லாம் சாப்பிட வரவும்...),

காது குத்துகள் (தர்மக்கோடங்கிபட்டி தாய்மாமன் மூணுபவுன் சங்கிலி...),

கட்சிக் கூட்டங்கள் (இறுதியாக ஒன்றைச் சொல்லிக்கொள்ள ஆசைப்படுகிறேன்...),

கபாடிப் போட்டிகள் (நடுவரின் தீர்ப்பே இறுதியானது... உறுதியானது..),

கலை நாடகங்கள் (அழகிய மத்ராபுரி அஸ்வபதி பூத்ரீ.) எனப் பல்வேறு நிகழ்ச்சிகளிலும் தமது பாட்டொலியை பட்டொளி வீசிப் பறக்கச் செய்தது.

வேலுச்சாமி தன் கற்பனையாலும் உழைப்பாலும் நாடகங்களின் போது வாணலிச் சட்டிக்குள் அலுமினிய டம்ளர் வைத்து லைட் போட்டு கலர் காகிதம் சுற்றி ஃபோகஸ் லைட்டெல்லாம் போட்டார். ஆனால், வாழ்க்கை நாடகங்களுக்கு முடிவேயில்லை. வேலுச்சாமிக்கு, பேசிய வாடகையை முழுசாக வாங்கும் கலை மட்டும் கைவரவே யில்லை.

கடைசியாக, சி.என்.அண்ணாதுரை ஆதிமங்கலத்தில் பேசியபோது மைக்செட் போட்டவர், பிறகு உதவியாளன் வெள்ளைத்துரைக்கே விற்றுவிட்டார். அவன் தொழிலை விதவிதமாக விருத்தி செய்தான். கட்சிகளுக்குக் கொள்கைகள் என்று பெரிதாக இல்லாவிட்டாலும், 'கொள்கைப் பாடல்கள்' இருக்கின்றன. வாசலெங்கும் கோலமிடச் சொல்லியோ... எதையும் தாங்குவதைப்பற்றியோ பாடல்களை ஏராளம் வாங்கிப்போட்டு எல்லா தரப்பினரது ஏகோபித்த வரவேற்பைப் பெற்றவன், பல அம்சத் திட்டங்களையும் செயல்படுத்த ஆரம்பித்தான்.

வைபவங்களின்போது பக்திப் பாடலுக்கும் டூயட்டுகளுக்கும் இடையேயான இடைவெளியை எல்.ஆர்.ஈஸ்வரிமூலம் கடந்து விடுவான். பாடல்களின் வட்டத்தட்டை ஒரு சைடு பாடி முடித்ததும் இரு விளிம்புகளில் ஆட்காட்டி விரல்களைக் கொண்டு மெதுவாகத் தூக்கி, இருகைப் பெருவிரல் நகங்களைப் பயன்படுத்தி தடவுகிறாற்போலச் சுண்டினால் அது அடுத்த பக்கத்துக்கு மாறிவிடும். அவனது அந்தச் செயல்... பெண்களுக்கு, தாங்கள் தோசை சுடும் லாகவத்தை நினைவுபடுத்தியிருக்க வேண்டும். காபி, பலகாரம் என உபசரித்து அவனை தொண்டை வரை திக்குமுக்காட வைப்பார்கள்.

இப்படியாகக் கொண்ட வெள்ளைத்துரை, முள்ளிப்புரத்துக்கு ஒரு இரவு ரிக்கார்டு டான்ஸ் பார்க்கப் போய்விட்டு வந்து, அங்கே ஆடிய சேலம் அலமேலுவின்மீது பிரியமாகிவிட்டான்.

அவளுடன் பேச்சுவார்த்தை நடத்தி உடனே ஆதிமங்கலத்துக்கு வரவழைத்து, டேராத் துணிகள் எல்லாம் வாடகைக்கு வாங்கி டிக்கெட் போட்டு ரிக்கார்டு டான்ஸ் போட்டுவிட்டான். அக்கம்பக்கமுள்ள ஆம்பளையாட்கள் எல்லாம் திரண்டனர்.

அங்கப்ப முதலியாரின் தியேட்டர் சற்று காற்று வாங்கியது. ஒரு செகண்ட் ஷோவை ரத்து செய்துவிட்டு மூட்டைப்பூச்சிகளைத் தனியே விட்டுவிட்டு, மானேஜரும் ஆபரேட்டருமே ரிக்கார்ட் டான்ஸ் பார்க்க வந்துவிட்டனர்.

ஆதிமங்கலத்தில் அலமேலுவின் அதிக்கலமும் அட்டகாசமும் தாங்கமுடியவில்லை. வெள்ளைத்துரை மிக விரைவில் பணக்காரன் ஆகிவிடுவான்போல வசூல் எகிறிக்கொண்டிருந்தது. காங்கேயம் சர்க்கிள் இன்ஸ்பெக்டருக்குத் தகவல் போனது.

'அடியம்மா ராசாத்தி சங்கதி என்ன?' பாடலுக்கு அலமேலு ஆடிக்கொண்டிருக்கையில், அரைப் பாவாடையோடும் அரைப் பாடலோடும் நிறுத்தி, ஸ்டேஷனுக்கு அள்ளிக்கொண்டு போனார் சர்க்கிள். கேஸ் முடிந்து வெள்ளைத்துரை வெளிவந்ததும் அவனுடைய மைக்செட், பாப்புசாமிக்கு கைமாறிப் பெயர் மாறியது.

மைக்செட்டும் சைக்கிளும் அண்ணன் தம்பி என்பது சும்மா சொல்லப்பட்டதல்ல.

வேலுச்சாமி தனது கடைசிக்காலத்தை பஞ்சர் ஒட்டித்தான் ஜீவித்தார். ஏதேனும் சைக்கிள்காரர்கள், "சூதானமாத்தான் வந்தேன். இத்தனை முள் ஏறிடுச்சா." என்று பேசுகிறபோது வேலுச்சாமி உப்புத்தாளால் டியூப்பை தேய்த்தபடி பதில் சொல்வார் "பாதைனா அப்படித்தானுங்க. முள்ளு இல்லாம இருக்குமா?"

அந்த நேரத்தில் பாப்புசாமியின் மைக் செட்டிலிருந்து பி.பி.ஸ்ரீனிவாஸ் குரல்... 'நினைப்பதெல்லாம் நடந்துவிட்டால்!'

●

லாட்டரிச் சீட்டு

'விழுந்தால் வீட்டுக்கு... விழாவிட்டால் நாட்டுக்கு' என்ற வாக்கியம் நன்றாகத்தான் வேலைசெய்தது. எந்த அளவிலும் நஷ்டமில்லை என்கிற மாயத்தோற்றத்தை அது ஏற்படுத்தியது.

முதல் பரிசு ஒரு லட்சம். லட்சம் என்றால், ஒன்றுக்கு அடுத்து எத்தனை சுழிகள் போடவேண்டும் என்பது ஆதிமங்கலத்தில் பலருக்குத் தெரிந்திருக்கவில்லை! என்றாலும், சுழிகளை நம்பிச் சீட்டு வாங்கத் தலைப்பட்டனர்.

"ஒரு வீடு நிறையப் பணமா அடுக்கி வைக்கலாமாப்பா?" என்று ஒருவர் வினவ... மற்றவர், "ஒரு லட்சம் ரூபாய் மொத்தமே ஒரு பொட்டியில் அடங்கிப் போயிருமப்பா... நீ வேற!" என்றார்.

முதலாமவர் சளைக்காமல், "ஒரு ரூபா நோட்டா வாங்கி அடுக்கிப் பாரு... அப்பவுமா வீடு நிறையாமப் போகும்?" என்று தாக்கினார். "முதல்ல சீட்டு விழுகட்டும்... அப்புறமா அடுத்த பேச்சு!"

ஊரில் முதலாவதாக, கருப்புசாமி லாட்டரி ஏஜெண்டாகச் செயல்பட்டார். சினிமா தியேட்டரில் காலை நேரத்தில்தான் டிக்கெட் விநியோகம் நடந்தது.

சீட்டுக் கிழிக்கும் அனுபவம் இருந்த சேதுராமனை, லாட்டரிச் சீட்டு வழங்கப் போட்டிருந்தார்கள். பச்சுப்பச்சுனு விடியுமுன்னரே ஆட்கள் வந்து வரிசையிட்டிருந்தனர். 'பாசமலர், மதுரை வீரனுக்குக் கூட்டம் சேருறாப்ல இதுக்கும் சேர்ந்துபோச்சே!' என நினைத்துக்கொண்டே, லாட்டரிச் சீட்டை விற்கப்போனான் சேதுராமன்.

கூட்டம் முண்டியடிப்பதைப் பார்த்துப் பின்னால் நின்றுகொண்டிருந்த விவரசாலியான ஒருவர், "ம்... முதல்ல போய் நின்னு வாங்கறவனுக்கு, மாய மந்திரமா விழுந்துருமா? மெட்ராஸ்ல குலுக்கி எடுக்கறதை வச்சுத்தான் எல்லாமே! அங்கே நம்ம நம்பர் வரணுமப்பா..." என்றார்.

கூட்டம் வேகத்தாலும் கனவுகளாலும் குலுங்கிக் கொண்டுதான் இருந்தது.

கடந்துவந்த பஞ்சகாலத்தில், உடலில் எங்கெல்லாம் பள்ளம் விழுமோ, அங்கெல்லாம் குழி பெற்றிருந்த உடலமைப்புடன் இருந்த சென்னியப்பன், சீட்டு வாங்குவதற்குத் தமக்கான நியாயத்தைச் சொன்னார்:

"'ரூபாய்க்கு ஒரு படி அரிசி... மூணு படி அரிசி'ன்னு நாம ஏம்பபா தவுதாயப் படணும்? இதுல பரிசு விழுந்துட்டுதுன்னா, காலத்துக்கும் மணச்சநல்லூர் அரிசியா திங்கலாம் பாரு!"

ஒரு ரூபாய்ச் சீட்டு பரிசு முடிவுகள் வந்தபோது, மொத்தமாக ஆதிமங்கலத்தைக் கைவிட்டது தெரிந்ததும், அடுத்தடுத்த நாட்களில் விற்பனை சரிந்து, வரிசையில் நின்று வாங்குதல் அவசியமில்லாமல் போய்விட்டது!

அடுத்தகட்டமாக, விற்பனையாளன் கொடுக்கிற சீட்டை அப்படியே கைநீட்டி வாங்கிக்கொள்ளாமல், தன் தேர்வாகச் சீட்டை எடுத்த முதல் ஆசாமி நடராஜன்தான். மகளின் பிறந்தநாள் கூட்டுத்தொகையும் லாட்டரிச்சீட்டுத் தொகையும் ஒன்றாக வருகிறமாதிரி, தொடர்ந்து பல தடவை சீட்டெடுத்து முயன்று கொண்டிருந்தார். வடஇந்திய மாநிலங்களும் ராயல் பூட்டானும் கோலோச்சிய காலம் வரையில் இப்படி அவராக கூட்டல் கழித்தல் போட்டு வாங்கி வந்தார்.

ஜன்ம நட்சத்திரத்துக்குச் சொந்தக்காரியான அவரது மகள் மகேஸ்வரிக்கு, இந்திய மாநிலங்களின் பெயர்களைச் சுலபமாகத் தெரியவைத்தது தவிர, அவர் வேறு எதையுமே சாதிக்கவில்லை! நடராஜனுக்கு ஒரே ஒரு தடவை நூறு ரூபாய் 'ராயல் பூட்டானில்' விழுந்தது. திரும்ப அவ்வளவுக்குமே சீட்டு வாங்கினார். ரிசல்ட் வந்த தினத்தன்று யாரோ "என்னாச்சு நடராசு?" என்று வினவ, வெறுப்பாகப் பதில் சொன்னார்: "ராயல் பூட்டான்... வாயில போட்டான்!"

ஊரில் லாட்டரிச் சீட்டினால் உபரி விளைவுகள் பலவாகவும் இருந்தன. ஒரு இரவில் மொத்தக்காசையும் உப்புக்கரைக்குக் கொண்டுபோய், கள் குடித்துவிட்டு வந்திருந்த மணிவண்ணன், ரோட்டோரமாக 'பத்து ரூபாய்த்தாளை' கண்டெடுத்து, பாக்கெட்டில் வைத்துக்கொண்டு தள்ளாடிப்போய் வீட்டில் படுத்தான்.

மறுநாள் காலையில் டீக்கடைக்கு இரு நண்பர்களையும் அழைத்துக் கொண்டு போய் டீ வாங்கித் தந்து, தானும் குடித்துவிட்டுக் கம்பீரமாக பாக்கெட்டிலிருந்த தாளை எடுத்து நீட்டினான். கடைக்காரர் அவனைக் கொல்லப்போவது போல முறைத்தார்.

மணிவண்ணன் மப்பில் உத்தேசித்து வைத்திருந்ததுபோல, அது பத்து ரூபாய்த்தாள் அல்ல... நான்காக மடித்து எறியப்பட்டிருந்த பரிசு விழாத பழைய 'மேகாலயா' பரிசுச் சீட்டு!

காலாவதியும் பாடாவதியும் ஆகிப்போன அந்தச் சீட்டை எடுத்து நீட்டியது ஊருக்குள் சிரிப்பாய்ச் சிரித்தது. டீக்கடை பெஞ்சு தேய்க்கிகளில் ஒருவனான ரகுநாதன், உடனே மணிவண்ணனுக்குப் பேர் சூட்டினான் 'மேகவண்ணன்'!

ஆதிமங்கலத்து வெள்ளிக்கிழமைச் சந்தையும் லாட்டரி விற்பனையில் பெரும்பங்காற்றிக் கொண்டிருந்தது. லோக்கல் இ.பி.ஆபீஸிலேயே வேலை செய்கிற உள்ளூர்க்காரனான அன்பரசன், திடீரென கிளி ஜோசியக்காரனான வீரலிங்கத்துடன் அண்மை பாராட்ட ஆரம்பித்தான்.

சந்தையன்று ரெக்ஸின் பாய் விரித்து, வீரலிங்கம் கூண்டைத் திறந்தவுடன் அருகில் போய் அன்பரசன் அமர்ந்துகொள்வான். வீரலிங்கத்துக்கு வடை, போண்டா... கிளிக்கு வாழைப்பழ சப்ளைகள் வேறு!

எதையும் தாங்கும் இதயம்படைத்த கண்ணுச்சாமி காரணம் புரியாமல் கேட்டே விட்டார்: "என்னப்பா இது... இவங்களுக்குள்ளே புதுவிதமான கரன்டு கனெக்ஷனா இருக்குது?"

ரகசியம் ரொம்பநாள் கூண்டு தங்கவில்லை! தானாகவே ஒருநாள் தெரிந்துபோனது. நாகாலாந்து ஐம்பது, சீட்டுகள்கொண்ட கட்டு ஒன்று அன்பரசனால் நீட்டப்பட, அதிலிருந்து கிளி இரண்டு சீட்டுகளை எடுத்துக் கொடுத்ததைப் பார்த்தார்கள் ஊர்க்காரர்கள்!

அகில உலகத்திலேயே, ஓர் அஃறிணையை 'செலக்ஷன் கமிட்டி'யாக நியமித்தது அன்பரசனாகத்தான் இருக்கமுடியும்! கிளிக்கும் வீரலிங்கத்துக்கும் அன்பரசன் செலவழித்த அளவுக்கு அவ்வப்போது சொற்பமாக தொகையும் விழவே செய்தது. கிளியின் அலகை மையமாக வைத்து நடைபெற்ற இந்த அலகிலா விளையாட்டு, நீண்டகாலம் நீடித்தது.

எண்கள் அலகிலா விளையாட்டை மக்கள்மீது நீட்டித்தன. AY*563212* என்ற சீட்டை வைத்திருந்த நபர், AY*663212*க்கு ஒரு லட்சம் பரிசு விழுந்தபோது, ரொம்பவும் ஏக்கத்துடன் சொன்னார்: "ஒரு நம்பர்ல தவறிடுச்சுப்பா!"

நம்பர்கள் தவறினாலும், வெள்ளிக்கிழமை தவறாமல் வெள்ளை கார் ஒன்று வருவது தவறாது. லேகியம் விற்பவர்களின் அதேயளவு லவுட்ஸ்பீக்கரை உச்சியில் கட்டிக்கொண்டு உரைவீச்சுடன் கார் வந்துவிடும்.

'லட்சமண்ணா... லட்சம்! நாளைக்கே நீங்க லட்சாதிபதியாகலாம். காலம்பூரா கஷ்டப்பட்டாலும், நீங்க கண்ணுல பாக்க முடியாதண்ணா! லட்சமண்ணா... லட்சம்! வருகிற 25ஆம் தேதி சிங்காரச் சென்னையில, மாவட்ட கலெக்டர் முன்னிலையில், உயர்திரு காவல்துறை அதிகாரிகள் மத்தியில் குலுக்கல்...' என்ற அதன் பதிவு செய்யப்பட்ட குரல், எவர் மனதிலும் சலனத்தை ஏற்படுத்தும் வல்லமை உடையதே!

அதைக் கேட்கும்போது, சென்னையில் கவர்னரும் முதல்வரும் மாவட்ட கலெக்டரும் வேறு வேலை வெட்டி இல்லாமல், லாட்டரிச் சீட்டுக் குலுக்கலில் மட்டுமே பொழுதைக் கழிக்கிறார்கள் என்ற அளவுக்குத் தோன்றும்!

ஒன்பதாம் வகுப்பில் படித்துக்கொண்டிருந்த அருமைராசன், தொழில் திறமைமிக்க விற்பனையாளனாக உருவெடுத்தான். 'புண்ணியத் தலங்களில் லாட்டரிச் சீட்டுகளுக்கு நல்ல விற்பனை உண்டு' எனக் கண்டு, சனிக்கிழமை தவறாமல் தாராபுரம் காடு ஹனுமந்தராயசாமி கோயிலுக்குப் போய்விடுவான்.

ஒருகட்டத்தில் தொழில்நுட்பம் முத்திப்போய், "இந்தச் சீட்டுக்குக் கட்டாயம் பரிசு விழும், வாங்குங்க..." என்று ஒரு பெரியவரிடம் அவன் வற்புறுத்தியபோது அவர், "பரிசு விழுகற சீட்டுன்னா, என்கிட்டே ஏண்டா விக்கிறே? நீயே வெச்சுக்க வேண்டியதுதானே!" என்று அடிக்கவே வந்துவிட்டார்.

பாவம், பரிசுச் சீட்டு நடத்துகிறவர்கள் மக்களுக்குப் பரிசு விழக்கூடாது என்று நினைத்தா நடத்துவார்கள்? இல்லை... அரசுதான் அப்படி நினைக்குமா? ஆனால், விழுந்தபாடில்லை!

குடவோலை முறையும் திருவுளச் சீட்டு முறையும் தழைத்தோங்கிய தமிழ்நாடு என்பதாலோ என்னவோ, மன்னர்கள் கொடிகட்டி ஆண்ட நகரங்களில் இருந்தெல்லாம் முக்கிய ஏஜெண்டுகள் எழுந்தார்கள்.

அஞ்சல்துறைக்கு அடுத்தபடியாக இனிஷியல்கள் முக்கியத்துவம் பெறுவது லாட்டரித் தொழில்தான். ஆகையால், ஏஜெண்டு கருப்புசாமி ஏ.கே.எஸ். கருப்புசாமி என்று இனிஷியல் சகிதம் மறு அவதாரம் எடுத்து, தான் விற்கிற சீட்டுகளிலெல்லாம் பின்புறம் நீலநிற முத்திரை குத்த ஆரம்பித்தார் ஏ.கே.எஸ்.கே. ஏஜென்சீஸ், ஆதிமங்கலம் என்று!

அந்நாளின் புகழ்பெற்ற ஏஜெண்டுகள்போலவே, தானும் ஏதாவது ஒரு நகரத்தின் கோட்டையை லாட்டரி வியாபாரம் மூலம் கைப்பற்றுவோம் என மனக்கோட்டை கட்டினார் கருப்புசாமி.

மேலைத் தமிழகமெங்கும் தமது கார் சென்று, 'ஆதிமங்கலத்து அரசன், அதிர்ஷ்ட சக்ரவர்த்தி, கைராசிக் கதிரவன், ஏ.கே.எஸ். கே. சீட்டுகளண்ணா... வாங்குங்க! நாளை நீங்கள் லட்சாதிபதியண்ணா... லட்சாதிபதி!' என்று முழங்குவதாகக் கற்பனை செய்து, கனாக் கண்டு அகலக்கால் வைத்தார்.

அவர் கட்டுக்கட்டாக வாங்கிய சீட்டுகளைத் துணை ஏஜெண்டுகள் எடுத்துப்போய், பட்டை பட்டையாக நாமம் சாத்தினார்கள். கடைசியில் ஆடு, கோழிகளை விற்றுக் கடன் கட்டவேண்டிய அவலநிலைக்கு ஆளானார்.

சீட்டு வாங்கியே போண்டியாகிப்போன பொன்னுசாமிக்கு, மணிப்பூரில் ஒரு தடவை பத்தாயிரம் ரூபாய் விழுந்தது. கடன் கொடுத்தவர்கள் ஐந்துபேர் அவரை கடத்திக்கொண்டு போனார்கள். கடன்தொகை ஐம்பதாயிரம் வரை இருக்கவும்...

"பாருங்கப்பா... இதுதேன் என்னோட கடைசிக் காசு! உள்ளதைப் பங்கிட்டு எடுத்துக்கங்க..." என்று ஆளுக்கு இருபது சதவிகிதம் என கணக்குத் தீர்த்தார்.

"இது எப்படிக் கட்டுப்படியாகும்?" என்று ஒருவர் கேட்க...

"நீ வேண்ணா லாட்டரிச் சீட்டு வாங்கு... அதுல எத்தனை லட்சம் விழுந்தாலும், நீயே வெச்சுக்க!" என்று அசராமல் கூறிவிட்டு இடத்தைக் காலிசெய்தார் பொன்னுசாமி. பிறகு லாட்டரிச் சீட்டு வாங்குகிற வேலையை விட்டுவிட்டு, ரோட்டு வேலைக்குப் போக ஆரம்பித்தார்.

அரசாங்கமும் அமோக ஏஜெண்டுகளும் லாட்டரி வாங்கிகளை லட்சாதிபதியிலிருந்து கோடீஸ்வரன்களாக்கும் திட்டத்தில் இறங்கினர். ஐந்து லட்சம், பத்து லட்சம், ஐம்பத்தைந்து லட்சம், எழுபத்தேழு லட்சம், ஒரு கோடி, இரண்டு கோடி... என மகா மாயவலை விரிந்தபோது, ஆதிமங்கலத்தில் "கோடி விழுந்தால் கூடி" நன்மை ' என்று பல கூட்டணிகள் உருவாயின.

கோடி ரூபாய்ச் சீட்டுகளை ஐம்பதுபேர் சேர்ந்து, ஐம்பது சீட்டுகளாக வாங்குவது எனும் ஸ்கீமில் சாதி, மத, இன, வயது, உருவ, கருவ வித்தியாசங்களைக் கடந்த கூட்டணிகள் அமைந்தன. அவர்களது ஒப்பந்தப் பத்திரத்தில், ஒவ்வொரு பெயருக்குப் பக்கத்திலும் பிராக்கெட்டில் அடையாளமும் குறிக்கப்பட்டு இருக்கும்.

'வஞ்சியப்பன் (கண்ணாடி), ரமேஷ் (போலீஸ்காரர் மகன்), சென்னிமலை (காவடிக்காரன்), நல்லசிவம் (குதிரைக்காரன் தோட்டம்)...' என்கிறரீதியில் இருக்கிற அந்த ஒப்பந்தப்பத்திரம் சுப்ரீம் கோர்ட்

வரை செல்லுபடியாகக் கூடியது என்று அவர்களாக நினைத்துக் கொண்டனர்.

ஆனால், அதிர்ஷ்டப்பகடையின் உருளல், ஆதிமங்கலம் கூட்டணிக்குச் சாதகமாக இருக்கவில்லை!

'சேவல்கட்டில் தோற்றாலும் நஷ்டம், ஜெயித்தாலும் செலவு...' என்கிறமாதிரி, லாட்டரியால் ஏஜெண்டும், அதை வாங்குவோரும் நஷ்டப்பட... தோல்விச் சுமையால் ஆதிமங்கலம் துவண்டிருந்த ஒரு நாளில்... அன்பரசன் எவ்வளவோ வற்புறுத்தியும் வீரலிங்கத்தின் கிளி, லாட்டரிச் சீட்டை எடுத்துத் தர மறுத்துவிட்டது!

ஆதிமங்கலத்துப் பச்சைக்கிளிக்கு லாட்டரிச்சீட்டு பிடிக்கவில்லை!

•

ஸ்டவ்

கிராம சேவை அலுவலராக பணிபுரிவதற்கு வந்திருந்த சென்னியப்பன், தோல்கடைக்காரன் இரட்டை வீட்டில் மேல்புறத்து வீட்டை வாடகைக்குப் பிடித்தார். ஆதிமங்கலத்திலிருந்த மூன்று உணவகங்களிலும் மாறிமாறிச் சாப்பிட்டுவந்தார். மூன்றிலும் தனித்தனியாக கணக்கு வைத்திருந்தார்.

தனக்கு கல்யாணமாகிவிட்டதாக அவர் கூறினாலும், பெரும்பான்மையோர் நம்பத் தயாராக இல்லை. அப்புறம் திடீரென ஒருநாள் சனிக்கிழமை இரவு காணாமல் போய், மறுநாள் குடும்பத்தையும் சாமான்களையும் அள்ளிப் போட்டுக்கொண்டு லாரியில் வந்து சேர்ந்தார்.

வீட்டுச் சாமான்களை இறக்குவதிலும் அடுக்குவதிலும் உதவி புரிந்துகொண்டிருந்த வள்ளியம்மாள், சென்னியப்பன் மனைவி தெய்வானையிடம், “இதென்னது பாத்தா பழசாட்டவுமு இருக்குது புழங்குன சாடையும் தெரியில...” என்று சமையல் பாத்திரங்களைக் காட்டிக் கேட்டாள்.

“ஸ்டவ்வுல சமைக்கறதுங்க அக்கா. அப்படித்தான் இருக்கும்” என்று கூறிக்கொண்டே தெய்வானை சாக்குமூட்டை ஒன்றைப் பிரித்து, அதிலிருந்து ஸ்டவ்வை எடுத்து வள்ளியம்மாளிடம் காட்டினார்.

‘இதுல விறக எங்கே வைக்கிறது? என்பதுமாதிரி கேள்வியாகப் பார்த்தாள் வள்ளியம்மாள்.

“இது சீமெண்ணெயில் எரியுது” என செயல்முறைகளை தெய்வானை விளக்கியும்கூட வள்ளியம்மாளுக்கு ஆர்வம் தணியவேயில்லை.

மறுநாள் பால்காய்ச்சுகிற நேரம் ஸ்டவ்வுக்கு அருகிலேயே அமர்ந்து, தீ சுவாலையையே விடாது வெறிக்கவும்தான் ஒருவிதமாக சமாதானம் ஆனாள். ரேஷன் கடையில் மண்ணெண்ணெய் சீந்துவாரற்று இருந்தது. பெட்ரோமாக்ஸ் வைத்திருந்த சைக்கிள் கடைக்காரர்கள் இரண்டு பேரும், ஹோட்டல்காரர்கள் மூவரும் கொஞ்சம் சீமெண்ணெய் வாங்குவார்கள். அவ்வளவுதான். சாப்பாட்டுக் கடைக்காரர்கள் வாங்குவது அடுப்பு பற்றவைக்க உபயோகிக்கத்தான். ஸ்டவ் எரிகிற அழகைக் காணுவதற்கே வள்ளியம்மாள், தெய்வானைக்கு ரேஷன் சீட்டுகளைச் சேகரித்து சீமெண்ணெய் வாங்கித்தர ஆரம்பித்தாள்.

சோறு பொங்குவதற்கு நேரம்பிடிப்பதைப் பொறுக்காத கணவர்கள், "சீக்கிரம்... சீக்கிரம்... இன்னா வரையிலு என்ன பண்ணறே?" என்று கேள்வியால் கொதிக்கும்போது பெண்கள், "இங்கென்ன ஸ்டவ்வா இருக்குது?" என நொடிக்க ஆரம்பித்தார்கள்.

ஸ்டவ்வில் சமைத்தால் சீக்கிரம் வேலையாகும் என்பது ஒரு தீவிரமான நம்பிக்கையாக உருக்கொள்ள ஆரம்பித்தது. அதைவிட மிக முக்கியமான விஷயம், ஸ்டவ்வில் சமைத்தால் பாத்திரங்கள் அதிகம் கரிப்பிடிக்காதென்பதுதான். பாத்திரம் துலக்குவதிலேயே பாதி ஆயுளைப் போக்கடித்துவிடுவோமோ என பயந்த வசதியான வீட்டைச் சேர்ந்த சில பெண்கள் உடனடியாக உரிமைக்குரல் எழுப்பினார்கள். இதற்காக தங்கள் கணவர்களுக்கு 'பட்டினி' என்றால் என்னவென்று அந்தப் பத்தினிகள் காட்டவேண்டிவந்தது. தீ மாதிரி பரவ ஆரம்பித்து ஊரின் கால்வாசி வீடுகளை நிரப்பிய ஸ்டவ்கள், பிறகு பொருளாதாரத்தின் காரணமாக மூலைகளில் ஒதுங்க ஆரம்பித்தன.

"சொந்தபந்தம் வந்தா ஆக்குனா கெடக்குது. என்ன இருந்தாலும் வெறகு அடுப்புல ஆக்கறாப்புல இதுல ருசி வாரதில்லீக்கா. நின்னு எரியுதல்ல... வெறகு..." என்று காரணமும் கற்பித்தார்கள்.

ஸ்டவ் வந்ததன் உபரி விளைவாக, துலக்கும் பொடி புழக்கத்துக்கு வந்துவிட்டது. பாத்திரங்களை பளபளப்பாக்க அல்லது குறைந்தபட்சம் பார்க்கும்படியாக ஆக்க மூன்று முக்கியப் பொருட்கள் உதவி வந்தன. கல்லில் வைத்துத் தேய்க்கப்பட்ட செங்கற்பொடி, அடுப்புச் சாம்பல், கோதுடன் கூடிய புளி, கடைக்குப் போகும் தேவைகளில் ஒன்று அதிகரிக்குமாறு சந்தனப்பொடியின் நிறத்துடன் துலக்குப் பொடி வந்து சேர்ந்துவிட்டது. அதேசமயத்தில் செங்கற்பொடியையும் அடுப்புச் சாம்பலையும் பாத்திரம் துலக்க மட்டுமல்லாது பல்துலக்கவும் பயன்படுத்திவந்த குடும்பத்தினரை பற்களுக்கு முத்து வெள்ளை அளிக்கும் ஏற்பாட்டுடன் பல்பொடியும் பரவலாகியது. அதன்மூலம் ஆதிமங்கலத்துவாசிகள் சிலர்... சிங்கப்பூர், மலேசியா போன்ற மேலைநாட்டவர்களுக்கு நிகரானார்கள். உள்ளூர்க்காரரான

மலேசியாக்காரர் மட்டும் எதையோ பிதுக்கி எடுத்து குச்சம் வைத்த பிளாஸ்டிக்கில் வைத்துத் தேய்ப்பார். பல் துலக்க அவர் குறைந்தது பத்து நிமிடங்களாது எடுத்துக்கொள்வார். அந்த நேரத்தில் போர்க்கால எக்காளங்கள் இடுவதும் அவரது வழக்கங்களில் ஒன்று.

அது பல் துலக்கும் சங்கதி என்ற சங்கதி புரியாத ஆரம்பநாள் ஒன்றில், அவர் கனகாம்பரப் புதர் அருகே குனிந்து பல் துலக்கிக் கொண்டிருந்தார். அந்தக் காட்சியை பார்த்துவிட்டு அங்காத்தாள் வேகவேகமாக ஓடி கணவரிடம் அறிக்கை கொடுத்தாள். “ஏனுங்க! மலேசியாக்காரர எதோ பூச்சி தொட்ருச்சாட்ட இருக்குது. வாயில நொரத் தள்ளீருச்சு. அவரு என்னமோ இத்துனூண்டு குச்சிய எடுத்துக்கிட்டு அதத் தொரத்திக்கிட்டு இருக்கறாரு... போங்க, போயி என்னன்னு பாருங்க!”

மலேசியாக்காரர் தன் நண்பர் நல்லசாமிக்காக பம்ப் ஸ்டவ் ஒன்றை வாங்கிப் பரிசளித்தார். அதற்குமுன் ஊரில் எரிந்தவை யாவும் திரி ஸ்டவ்கள். தந்துகிக் கவர்ச்சிமூலம் எரிந்தவை. பம்ப் ஸ்டவ்வைப் பற்றவைப்பது பெரும் கலை. நல்லசாமியின் தேநீர் தயாரிப்புக்கு நிகரான கலையே அது. முதலில் காற்றடிக்க ஆரம்பித்ததும், எறும்புக்கண் பகுதியில் சீமெண்ணெய் கசிந்து வீணாவதைப் பொறுத்துக்கொண்டு அதிலேயே தீப்பற்ற வைத்து, அந்தச் சூட்டையும் காற்றை அழுத்துவதால் பெறப்படும் வேகத்தையும் இணைத்து சுடர் பெறவேண்டும். அப்பொழுது எறும்புக்கண் துவாரத்துக்கு மேலே இடைவெளி பெறப்பட்டு தகட்டு வளையத்துக்கு மேலே நீலக்கொழுந்து தோன்றுவது ஒரு மகேந்திர ஜாலமேயாகும்.

இந்த ஜாலத்தினாலும் குறைவான ஜலத்தைக் கொண்டு எடை கட்டப்பட்ட பாலினாலும் நல்லசாமியின் தேநீருக்கு தாலூகா கட்டிய வரவேற்பு இருந்தது. ஒரு உத்தேசக் கணக்குக்கு விலை குறைவாக விற்ற காலங்களில் பத்துப் பைசா வீதமும் அதிகமாக விற்ற அவரது கடை நாட்களில், நாலணாவீதமும் அவர் நட்டமடைந்திருக்க வேண்டும். டீக்கடையிலும் சம்சாரி வாழ்க்கை வாழமுடியும் என அவர் உலகுக்கு நிரூபித்தார். எல்லாம் ஒன்றுதான் என்ற முடிவுக்கு அவராக வந்தபின் மூக்கரையான் காட்டில் செம்மறி ஆடுகளை வாங்கி மேய்க்க ஆரம்பித்தார்.

வீட்டுக்குப் பின்னால் மாரிமுத்து திடீரென கிணறு வெட்ட ஆரம்பித்தார். புலி வேட்டை சோமு அவரை அணுகி, “தேப்பா... இங்கெனத்துக்கு இப்ப கெணறு. அதுதே பஞ்சாயத்து பயிப்புல கரும்பாட்ட கோட்டக் கெணத்துத் தண்ணி உனக்கு செபரேட்டா வருதல்ல” என்றார்.

மாரிமுத்து, 'சாண எரிவாயு திட்டத்தை அரசு மானியத்துடன் அமல்படுத்துகிறது எனத் தெரிவித்தார்.

பெரிய குழி, கருங்கற்கள், செங்கற்கள், சிமிட்டி, மணல், அரக்கன் குடலை உருவிப்போட்டாற் போன்று டியூப்புகள், ஒரு லாரி நிறையக் கொள்ளுகிற கூமாச்சி வைத்த தகரக் கொப்பறை ஒன்று என அரை ஏக்கரை அடைத்துக்கொண்டு மூலப்பொருள்கள் கிடந்தன.

"ஏப்பா மாடு, நோகாம சாணி போட்டுருது. அதும்பட சாணில அடுப்பு போட இவ்வளவு கஷ்டமா" என ஊரார் வியந்தனர். மரபு சாரா எரிசக்தியின் ஏதோ ஒரு மண்டல அளவிலான அலுவலர் வந்து ரிப்பன் வெட்டுவதற்கு மாற்றாக வாயுக்குழாயை திறந்துவைக்க மிஸஸ்.சரசுவதி மாரிமுத்து விருந்தினர்களுக்கு கோபர் கேஸ், பால், தண்ணீர், பாத்திரங்கள் உள்ளிட்டவற்றின் துணையுடன் மணக்க மணக்க 'லட்சுமி காப்பி' வைத்து வழங்கினாள். சமூகரீதியில் அது ஏதோ பூடகமான புரட்சி என்பதுபோல அந்த நாளின்மீதான பாவனை இருந்தது.

அடுப்பு மட்டுமல்லாது சமையலறையின் மேலாக ஒரு விளக்கும் எரிந்தது, மாட்டுச் சாணத்தின் மற்றுமொரு மகத்தான பலனாகும். அங்கே அடுப்பு எரிந்துகொண்டிருக்கிறது என்பதற்கும் அசையும் சாட்சிகளாக ஒரு வண்டி, ஒரு ஆள், இரண்டு மாடுகள் ஊரைக் கிழித்துக்கொண்டு ஓயாது சலனித்தன; பயணித்தன.

மாரிமுத்துவுக்கு வீடு, ஊருக்குக் கிழக்காலே. தோட்டம், ஊருக்கு மேக்காலே மூணு காடு தள்ளியிருந்தது. காலையில் ரங்கன் (எ) ரங்கசாமி மேற்கே சுழற்சிக்குப் பிந்தைய சாணத்தை ஏற்றியவாறு வண்டியை ஓட்டிக்கொண்டு போவான். மாலையில் சூரியக்கதிர்களை ஏற்றுக்கொண்டு சிறிய மரகத அம்பாரமொன்று வண்டியில் பயணித்துவரும் புதுச் சாணம்.

எரிதலுக்குப் பின்னைய சாணமாகப்பட்டது, முன்னைய சாணத்தைவிட நாற்பது சதமானம் உரம் கூடியது என கணக்கு வேறு சொல்வார் மாரிமுத்து.

இயற்கையின் அற்புதங்களை யார்தான் அளவிட முடியும். தங்கள் சாணத்தை உள்ளும் புறமும் ஒரு மாற்றத்துக்குப் பிறகும் தாங்களே சுமக்கும் கதியை அந்த எருதுமாடுகள் இரண்டும் பெற்றன.

கார்காலத்திலிருந்து இளவேனில் காலம் வரையில் அந்த வண்டி அவ்விதமாக ஓடியது. அப்புறம், அடுப்பு மாற்றத்துக்கு உட்பட்டு சாணக்குழாய் மண் மூடிப்போக ஆரம்பித்தது.

எருதுகள் இறந்தபின்னும் சமையலறை விளக்கு இன்னும் ஃப்யூஸ் போகாமலிருக்கிறது. எரிக்கப்படுவதுமில்லை.

“அதுல சோறு வேகறதுக்குள்ள பசி வந்து மந்திச்சும் போயிருதப்பா. சாணத்துலதான் சமைக்கணும்னா, பேசாம வறட்டி வச்சு ஆக்கீறலாம்” என்கிறார் மாரிமுத்து.

ஊரில் உயர்நிலைப்பள்ளி வந்ததும் ஒன்பதாம், பத்தாம் வகுப்புகளுக்கு அறிவியல் பயிற்றுவிக்க மதுரைக் காரியாபட்டியிலிருந்து சாமிக்கண்ணு வாத்தியார் வந்தார். வரும்போதே வீட்டுச் சாமான்களுடன் கேஸ் சிலிண்டர், அடுப்பு சகிதம் சகதர்மிணி சமேதராக லாரியில் வந்து சேர்ந்தார். அருமைக்காரர் பழனிச்சாமியின் வீட்டை நல்ல வாடகைக்குப் பேசியதன்மூலம் அருமையாகப்பட்டவர் தோட்டத்துச் சாலைக்கு குடிபோகக் காரணமாயிருந்தார்.

அதற்கு ஒரு வாரம் முன்னதாக போஸ்ட்மேன் பூவேந்திர அரசு சிறிய பிரச்னை ஒன்றினால் காவல்துறை விசாரணைக்கு உட்பட்டிருந்தார். யாராவது, ‘இரண்டுநாள் ஊர்ல இருக்க மாட்டேன் லெட்டர் எதாச்சும் வந்தா, எங்கப்பாகிட்ட குடுத்துருங்க’ என்று கேட்டுக்கொண்டால்கூட, ‘இதனால் ஏற்படும் யாதொரு வில்லங்கங்களுக்கும் வம்புவினைகளுக்கும் அஞ்சல் ஊழியர்கள் பொறுப்பல்ல’ என்கிறரீதியில் கடிதம் எழுதி வாங்கிக் கொண்டிருந்தார்.

அதேநாளின் சாயங்காலம் பூவேந்திர அரசுக்கும் வஞ்சியப்பனுக்கும் கைகலப்புக்கு முந்தைய வாய்ச்சவடால் சண்டை ஒன்று ஏற்பட்டது.

வஞ்சியப்பன், “நாளைக்கு உன் போஸ்ட் ஆபீசு அங்க இருக்காது. நாளானிக்கு நீயும் இருக்கமாட்டே” என்று அரை கூவிவிட்டுப் போய்விட்டான்.

காலையில் அருமைக்காரர் வீட்டுவழியாக பூவேந்திர அரசு போஸ்ட் ஆபீசுக்குப் போனபோது, அங்கே தபால்பெட்டி ஒன்று கீழே கிடக்கக் கண்டார். போஸ்ட்மாஸ்டரிடம் தகவல் சொல்லலாமென்று விரைந்து சென்றபோது அஞ்சலகத்தின் முன்னால் தபால்பெட்டி பத்திரமாக இருந்தது. அருமைக்காரர் வீட்டு வளாகத்தில் கிடந்தது கேஸ் சிலிண்டர் என்று தெளிய பூவேந்திர அரசுக்கு அரைமணி நேரம் எடுத்தது.

எரியும் பொருளும் எழுதப்படும் பொருளும் அகத்தே கொண்டுள்ளவை ஒன்றேபோல் கண்டதில் வியப்பேதுமில்லை.

•

மதுக்கடை

அசுர... மன்னிக்கவும். குழம்பிவிட்டது. அரசு கள்ளுக்கடைகள் தமிழ்நாட்டில் பல ஊர்களுக்கும் வந்த அதே பருவத்தில் ஆதிமங்கலத்துக்கும் வந்தது. வெள்ளைக்காரன் காலத்துக்குப் பிறகு இப்படிச் சட்டபூர்வமாக மதுபானம் விற்பனைக்கு வந்ததை பலர் எதிர்த்தனர். சிலர் வரவேற்றனர்.

"ஏழை பாழைக எல்லாம் நிம்மதியாகக் குடிக்க வேண்டாமா?" என்றார் ஆதிமங்கலத்துக் குழந்தைவேல். அவரை எதிர்த்து வாதாடினார் கண்ணுச்சாமி.

"நீ நிம்மதியாக் குடிப்பேயப்பா... குடும்பம்?" என்றார்.

"குடும்பத்த மறக்கத்தானப்பா குடிக்கிறது..."

நல்லவேளையாக, ஊருக்கு மேற்காலே தனியான ஒரு இடத்தில் கள்ளுக்கடை நிறுவப்பட்டது. பூனைபோலப் பதுங்கி ஆட்கள் அந்தக் கடைக்குள் நுழைவார்கள். திரவத்தை உள்ளே விட்டு ஊறுகாயைக் கொஞ்சம் தொட்டதும், வயிற்றில் எரிய ஆரம்பிக்கிற போதை தலைக்கேறும். மற்ற மனிதர்கள் ஒரே நேரத்தில் துச்சமும் உச்சமும் அடைவார்கள்.

பதுங்கி உள்ளே நுழைந்தவர்கள், திரும்பி வரும்போது 'புலியே புறப்படு' என்பதுமாதிரி நடுரோட்டை அடைத்தபடி நெஞ்சை நிமிர்த்தி நடந்து கடைவீதிக்கு வருவார்கள். அப்புறம் நடப்பதெல்லாம் கேலிக்கூத்துதான். உதாரணத்துக்கு, "என்ன நல்லாயிருக்கீங்களா?" என்று யாரையாவது கேட்க ஆரம்பிப்பார் போதையாளர். கேட்கப்பட்டவர் இவரது நிலைபார்த்து திகிலடைந்து, "நல்லா இருக்கேன்" என்றதும்,

“நல்லா இருக்கியா? அப்ப அஞ்சு ரூபா குடு. இன்னும் ஒரு நூறு மில்லி போட்டுட்டு நானும் நல்லா இருக்கறேன். எல்லாரும் நல்லா இருந்தாத்தான் எல்லாருக்கும் நல்லது” என்கிறரீதியில் குடித்தவர் வறுத்தெடுக்க ஆரம்பித்துவிடுவார். இப்படிப்பட்ட வறுவலில் ஒரு உச்ச வறுவல், கள்ளுக்கடையில் வைத்து நடந்தது.

புளியம்பட்டி ஞானசேகரன் என்பவன் அன்றைக்கு குடிக்க வந்திருந்தான். புதுப் பணக்காரன். அவன் புதுக்குடிகாரனாகவும் இருந்ததால் என்னென்ன அட்டகாசங்கள் பண்ண வேண்டுமோ அவ்வளவையும் கடையில் வைத்து நடத்திக் காட்டினான்.

உள்ளூர்க் குடிகாரர்கள் ‘அவனை ஒரேமுட்டாகச் சாய்த்துவிட வேண்டும்’ என முடிவு செய்தனர்.

மொங்கநல்லாம் பாளையத்துக்குத் தறிக்குப் போகிற சீனிக்கு கஞ் சா பொட்டலம் கிடைக்கும். தறி ஓட்டிய நேரம்போக மீதிநேரம் கஞ்சாவில்தான் கிடப்பான். வான மண்டலத்து விண்மீன்களையே புட்டாவாக வைத்து ஆகாயப் புடவையை அவன் கற்பனையில் நெய்துவிடுவான். சீனியிடம் சுந்தரம் போய், “டேய் கஞ்சாவை எதுலயாவது போட்டு வறுடா” என்றான்.

“முட்டைல வறுக்கவா?”

“கெட்டகேட்டுக்கு முட்டை வேறயா? பொட்டுக்கடலையே போதும்!”

பொட்டுக்கடலையையும் கஞ்சாவையும் கலந்து வறுத்து, போதை யிலிருந்த ஞானசேகரனுக்கு வழங்கினார்கள்.

ஞானசேகரனின் கர்வம், ஆணவம், அகம்பாவம் அனைத்தும் ஒடுங்கி, ‘பிரபஞ்சத்தில் உயிரின் தனிமை’ பீடித்தது அவனை. கஞ் சாவால் சித்தம் சுத்தமாகக் கலங்கிப்போனவன், முதல் வேலையாக பொட்டுக்கடலை கொடுத்த சுந்தரத்தின் காலில் விழுந்தான். பிறகு சாராயம் விற்பவன், சுண்டல் விற்பவன் என்று எல்லார் காலிலும் விழுந்து தீர்த்தான். மேற்கே ஆடு முடுக்கிக்கொண்டு வெள்ளச்சி போய்க்கொண்டிருக்க, அவள் பின்னால் நடக்க ஆரம்பித்தான். நிலைமையின் விபரீதம் உணர்ந்த சீனியும் சுந்தரமும் தடுத்தாட்கொள்ள பின்னால் போனார்கள்.

ஞானசேகரன் வெள்ளச்சியைக் கடந்து போய் மந்தையை மறித்து நின்றான். எதிர்பாராத ஒரு காரியம் நடந்தேவிட்டது. ஞானம் சடாரென ஆட்டின் காலில் விழுந்தான். அவனைத் தூக்கிவிட சீனியும் சுந்தரமும் அருகில் போனபோது, “ஆடு பாம்பே ஆடு பாம்பே” என முனகியவாறு மயங்கினான். அவனை பெரிய வீட்டு சந்திரசேகரனின் குதிரை வண்டியில் கொண்டுபோய் ஊர் சேர்த்தார்கள்.

போதைக்காரர்களை கொண்டுசெல்வதற்கு குதிரைச் சகடம் போல வேறு வாகனம் எதுவுமில்லை. அவன் ஊருக்குச் செல்வதற்குள் சகல தகவல்களும் ஊரைச் சென்றடைந்துவிட்டன. அதன்பிறகு கல்யாணங் காட்சிகளுக்குப் பத்திரிகை வைத்தால்கூட அவன் ஆதிமங்கலத்துக்கு வந்து முகம் காட்டுவதேயில்லை. அவமானங்களை மனதுகள் விதமாகத்தான் எதிர்கொள்கின்றன. வெள்ளிக்கிழமை அந்தி மயங்குகிற நேரத்தில் ஒரு காட்சியை வாரந்தவறாமல் கள்ளுக்கடையில் காணலாம்.

சேதுபதிக்கு வெள்ளிக்கிழமையானால் வாரச் சம்பளம். அந்த நாளில், முதல் டம்ளரை முடித்துவிட்டு கடைக்கு வெளியே வந்து உட்கார்ந்து பேச ஆரம்பிப்பார் தனியாக. "யேய் நேரு... நேரூ! இங்க பாருப்பா... மோதிலால் மகன்னா பெரிய இதா... சொன்னதைக் கேளுப்பா..." என்று தங்கு தடையின்றி, கங்கு கரையின்றிக் கால் மணி நேரம் பேசிக்கொண்டிருப்பார். பிறகு ஒரு டம்ளர். கடைக்கு வெளியே வந்து கிழக்கே பார்த்து நடுரோட்டில் நிற்கிறபோது இருட்டியிருக்கும். வேட்டியை அவிழ்த்துத் தலையில் முண்டாசாகக் கட்டுவார். சட்டை போடுவதில்லை. வீடு நோக்கிப் பீடு நடை. யாருடனும் பேசுவதில்லை. நேருவுடன் பேசிய வாயால் வேறொருவருடன் எதற்குப் பேச்சு? வீட்டுக்குள் நுழையுமுன் வேட்டியைக் கட்டிக்கொள்வார். தானே, பாத்திரங்களிலிருந்து எடுத்துப் போட்டு சாப்பிட்டுவிட்டு தூங்கிப் போவார்.

மறுநாள் ரோஜாப்பூவைப் போன்ற முகமலர்ச்சியுடன் எழுந்திருப்பார். ஒரு வார காரியங்களில் எந்தப் பிசகும் இருக்காது. லட்சிய புருஷனாகவும் லட்சண புருஷனாகவும் விளங்குவார். அடுத்து வெள்ளிக்கிழமை மாலைதான் மேற்கு நோக்கி நடப்பார்.

இப்படி, ஒருநாள் குடிக்கையில் அங்கே லட்சுமணனும் நன்றாக போதையேற்றிக் கொண்டிருந்தார். குடித்துக்கொண்டே, "இந்தக் கருமத்தை எப்படி விடறதுன்னு தெரியலியே" என்று புலம்பினார் லட்சுமணன்.

சரக்கு ஊற்றிக் கொடுத்துக்கொண்டிருந்த ஐயப்பன், "ஒரே வழிதான் இருக்கு" என்றான்.

"என்னப்பா அது?" லட்சுமணன் ஆவலுடன் கேட்கவும், ஐயப்பன் எகத்தாளமான குரலில் கூறினான்: "ஒரு தடவை பாலிடாய்லக் குடிச்சிருங்க."

குடித்துக்கொண்டிருந்த சரக்கை பாதியில் கீழே வைத்துவிட்டு லட்சுமணன் கிழக்கு நோக்கி நடந்தார். அத்தோடு குடியையும் விட்டுவிட்டார். ஆக, குடிக்கிறவர்களை ரோஷமில்லாதவர்கள் என்றுஞ் சொல்ல முடியாது. இதில், சீனியும் சுந்தரமும் கடையில்

தென்பட்டால் பெருங்குடிகாரர்கள்கூட கடைக்கு வரத் தயங்க ஆரம்பித்தார்கள். காரணம் உண்டு.

ஒருமுறை ஊர்க்காரர் ஒருவர் நிறைய குடித்துவிட்டு மட்டை ஆனதும், கட்டில் ஒன்றைக் கொண்டுவந்து அவரைக் கிடத்தி தப்படிக்கிற ஆளுக்குச் சொல்லிவிட்டு 'டண்டணக்கா... டண்டணக்கா' என பகவதியம்மன் கோயில் வரை 'சவ ஊர்வலம்' நடத்திவிட்டார்கள் இந்த இருவரும். மற்றவர்களுக்கு திகிலடிக்காமல் என்ன செய்யும்?

இது ஒருபுறமிருக்க... குடும்ப மானத்தை ஊர்வலம் விடுவதற்கென்றே தாளக்கரையிலிருந்து ஒரு கிழவர் சைக்கிள் மிதித்துக்கொண்டு ஆதிமங்கலத்துக் கடைக்கு வர ஆரம்பித்தார். ஒரு ரவுண்டு முடிந்ததும் பக்கத்தில் யார் தட்டுப்பட்டாலும், "நமக்கு எந்த ஊருங்க?" என்று கேட்டவாறு அருகில் போய் அமர்வார். கொஞ்சநேர பேச்சுக்குப் பிறகு எதிரணி எதைப்பற்றி பேசிக் கொண்டிருந்தாலும் கவலைப்படாமல், "இப்படித்தான் பாருங்க... எங்க ஊர்ல ஒருத்தி..." என்று சோரம் போன கதைகளை நோக்கி இழுத்துச் செல்வார்.

அவர் கதைகளுக்குள் புகுந்து ஆழத்துக்குச் செல்லும்போது சுற்றிலும் ஐந்தாறு பேராவது கூடிவிடுவார்கள். கிழவரின் பேச்சு எல்லை கடந்து, ஒரு கட்டத்தில் அழுது தேம்புவார்.

"என்னங்க ஆச்சு?" என்றால் கண்ணைத் துடைத்துக்கொண்டு, "என்னத்தைங்க சொல்றது... எம் மருமக இருக்காளே... அவகூடப் பிரைவேட்காரிதான்" என்று சொந்த மருமகளின் நடத்தையையே சந்தி சிரிக்க வைத்துவிட்டு சைக்கிளை உருட்டிக்கொண்டு கிளம்பிவிடுவார்.

'பிரைவேட்காரி' என்ற வார்த்தை ஆட்டிப்படைக்க, சீனி ஒருதரம் அவரது மருமகளைப் பார்த்துவிட வேண்டுமென எண்ணம் பூண்டு தாளக்கரை போனான். எக்குத்தப்பாக ஏதோ முயற்சி செய்து சாணி மொளங்குகள் ஒட்டியிருக்கும் விளக்குமாற்றால் அடிவாங்கிக் கொண்டு வந்தான்.

சோமரசமும் சமரசமும் உலவி மயங்குகிற அந்த இடத்தில் ஒரு மத்தியான மயக்கத்தில் வைகுந்தன் என்பவன் நிலைகுலைந்த சம்பவம் ஒன்று நடந்தது.

மூக்குமுட்ட குடித்துவிட்டு மெல்லக் கடையைவிட்டு வெளியேவந்தான் வைகுந்தன். போதை மயக்கத்தில் வெண் பகலெங்கும் கானலாக ஓடிக் கொண்டிருந்தது. மட்ட மத்தியானம். வைகுந்தனுக்கு தலைசுற்றல் தாளவில்லை. கண் இமை மெல்லத் தாழ்ந்து அழுந்திக்கொண்டிருந்தது. தாராபுரம் நெடுஞ்சாலையில் நின்றவன் மேற்கே திரும்பிப் பார்த்தான். ஒரு பர்லாங் தூரத்தில் பேரழகியான ஒரு பெண் தரையைத் தொடும் கூந்தல் அழகுடன் நின்றுகொண்டிருந்தாள்.

"யார் இந்த பூலோக ரம்பை?' என மனதுக்குள் வியந்து வினவினான். அவளது அழகை மனதுக்குள் நிறைப்பதற்காக ஆகாயத்தை அரை நிமிடம் உற்றுப்பார்த்தான். பிறகு அந்தப் பெண்ணைப் பார்க்கும் ஆவலில் மறுபடி மேற்கே பார்த்தான்.

அவள்... இப்போது மொட்டைத் தலைச்சியாய் நின்று கொண்டிருந்தாள். 'ஐயோ...' என மனதுக்குள் கூச்சலிட்டவாறு கடைக்குள் விழுந்தடித்துக்கொண்டு ஓடினான். படபடப்பு அடங்கக் கொஞ்சம் நேரமானது. மனதைத் தேற்றிக்கொண்டு மெதுவாக வெளியே வந்து திரும்பவும் மேற்கே பார்த்தான். பெண் மீண்டும் கூந்தலுடன் நின்றுகொண்டிருந்தாள். குடிமயக்கத்தில் தனக்கு புத்தி பேதலித்துவிட்டதா அல்லது நிற்பது பேயோ, பிசாசோ என மயங்கிக் குழம்பி முகம் வேர்த்தபோது, கிழக்கிலிருந்து ஒருவன் சைக்கிளில் வந்தான். அவன் பெருமா வலசுக்காரன். வெள்ளிக்கிழமைதோறும் சந்தைக்கு வருபவன். அடையாளம் தெரிந்தவன்தான். அவனை வைகுந்தன் தடுத்து நிறுத்தினான்.

"மேக்கே போகாதே, பேய் இருக்குது!" என்றான். மேற்கே பார்த்துவிட்டு அவன் சொன்னான்.

"ஏங்க, அது என் பொண்டாட்டிங்க."

"என்னப்பா சொல்ற நீ. அது பாட்டுக்கு மொட்டை வெயில்ல அநாதியா நிக்குது. ஒரு தடவை கூந்தலோட இருக்குது. அடுத்து மொட்டையா இருக்குது."

"அம்மனுக்கு நேர்ந்துக்கிட்டு மொட்டை போட்டதுங்க. ஒரு சாமான் வாங்க மறந்துட்டதால் அவளை இறக்கிவிட்டுட்டு கடைவீதி போய்ட்டு வந்தேன். வெயில் புழுக்கம் தாங்காம அவ விக்கைக் கழட்டி மாட்டியிருப்பா... அப்ப நீங்க பார்த்திருப்பீங்க" என்று கூறிவிட்டு சிரிசிரியெனச் சிரித்தார். வைகுந்தனின் மனப்பிராந்தி தெளிந்து போதையும் தெளிந்துவிட்டது.

"விக்கா... அப்படின்னா?" என்றான்.

சைக்கிள்காரன் யோசித்துவிட்டு, "டோப்பா" என்றான். வைகுந்தனுக்கு விளங்கிவிட்டது. "டோப்பா' என்ற சொல்லை சில சினிமா கதாநாயகர்கள் விஷயம்மூலம் அவன் அறிந்திருந்தான். ஆனால், அதை ஆதிமங்கலத்துக்குப் பக்கத்தில், அதுவும் பெண்கூட அணி வார்கள் என்பதை அவன் எப்படி நினைத்துப் பார்த்திருப்பான்?

மீனாட்சி வலசு பரமனுக்கு எழுத்தறிவு கிடையாது. சாராயக்கடை என்றால் சிவப்பு போர்டில் வெள்ளை எழுத்துகள் போட்டிருக்கும் என்று அவனாக ஒரு மனப்பதிவு வைத்திருந்தான். குடி முற்றியநிலையில் அவனை கோவை மருத்துவமனைக்குக் கொண்டுபோய் குணப்படுத்த

ஏற்பாடு நடந்தது. கிளம்புகிற தினத்தன்றும் போதையுடன் இருந்த அவனை பஸ்ஸில் கூட்டிச் செல்ல அவன் உறவினர்கள் நின்றிருந்தனர். "இதா டீ குடிச்சுட்டு இப்ப வந்துடறேன்" என்று மெல்ல நழுவினான். தபாலாபீசு கண்ணில்பட்டது.

சிவப்பு போர்டு வெள்ளை எழுத்து... வேக நடை நடந்து உள்ளே நுழைந்து போஸ்ட்மாஸ்டர் செல்வராஜிடம், "சீக்கிரம். சீக்கிரம்... ஒரு நூறு மில்லி குடுங்க" என்றான். என்ன ஏதென விளங்காவிட்டாலும் செல்வராஜ், "இங்கே அதெல்லாம் கிடையாது. ஸ்டாம்புதான் இருக்கு" என்று சொல்ல...

"அவசரமா ஊருக்குக் கிளம்புறோம். அதையாவது குடுங்க... குடிச்சுத் தொலைக்கிறேன்."

•

ஆஸ்பத்திரி

தமிழை தழைத்தோங்கச் செய்வதற்காக, இந்தியை தார்பூசி அழிக்கப்போனவர்களில் ஒருவர்தான் வீராசாமி. போஸ்ட் ஆபீசின் மும்மொழிப் பலகையில் இந்தியை அழிக்க, முனை சீவப்பட்ட பனைப்பட்டையை எடுத்துக்கொண்டு கொள்கைவாதிகளுடன் கிளம்பினார். நின்ற இடத்திலிருந்து அழித்துவிடும் தோதில்தான் அஞ்சலக போர்டு இருந்தது.

அவர் தாரைத் தோய்த்துக்கொண்டு பனம்பட்டையை ஆங்கில எழுத்தின்மேல் வைத்தார். அருகிலிருந்தவர் குரல் சொன்னது- "ஐயய்யோ! அது இங்லீசு. அத அழிச்சுடாதே. இன்னொண்ணு இருக்குது, பாரு... அதான் இந்தி!"

அப்போதுதான் பிரக்ஞையுடன் எழுத்துகளைக் கவனித்து ஒரு முடிவுக்கு வந்தார். "ஓ இங்லீசுக்காரனும் நம்மளயாட்டத்தே! அவன் எழுத்தை தனித்தனியா எழுதறான். இந்த இந்திக்காரன்தான் எல்லா எழுத்துக மேலயும் ஒரு கம்பியக் கட்டிவிட்டு ஜாயிண்ட் அடிச்சிருக்கான். எமகாதகனுக' என்று முடிவுசெய்து, 'ஆதிமங்கலம் டாக்கர்' என்றெழுதப்பட்ட இந்தியை அழுத்தமாக அழித்தார்.

அன்றிலிருந்து ஆங்கிலத்தின்மீது அர்த்தம்புரியாத ஒரு பிரியம் வளர்ந்துவிட, உலகநாதனுடன் உரையாடி உரையாடி, தனது ஆங்கில நாலட்ஜை விருத்தி செய்துகொண்டிருந்தார் வீராசாமி. அவரது ஆங்கில அறிவுக்கு பலியாவதற்கே வந்தாற்போல ஆதிமங்கலத்துக்கு அடுத்தடுத்து டாக்டர்கள் வந்துசேர்ந்தனர். முதலில் வந்தவர் வெங்கடாசலம் என்கிற டாக்டர்தான். ஒரு மாதத்துக்குமுன்னமே

வந்து அருமைக்காரரைப் பார்த்து அவர் பேசிவிட்டுப்போனதில், அருமைக்காரர் வீட்டு வெளித் திண்ணையில் ஒரு பகுதி செங்கல்லால் தடுக்கப்பட்டு, ஊரின் முதல் வாடகை ஸ்தலம் உருவாயிற்று. அதில்தான் வெங்கடாசலம் பஸ்ஸில் வந்து இறங்கி ஆஸ்பத்திரி போட்டார்.

பஸ்ஸில் வரும்போதே முக்கால் அடி அகலத்துக்கு ஒன்றரை அடி நீளமுள்ள நீலநிறத் தகரப்பலகையும் தகரப்பெட்டி ஒன்றுமாக வந்தார். அந்தப் பலகையைத் தனது ஆஸ்பத்திரியின் வெளியே ஆணியடித்துத் தொங்கவிட்டார் டாக்டர் வெங்கடாசலம்.

போர்டில் 'வெங்கடாசலம் ஆர்.எம்.பி.' என்று பெரிதாகவும் அடுத்து, 'இவ்விடம் சகலநோய்களும் சரிசெய்யப்படும்' என்று சிறிதாகவும் எழுதியிருந்தது. வெங்கடாசலம் சாலையில் நடக்கும்போது, "மருத்துவர்னா பொட்டி இருந்துதானே ஆகணும்? இவர் வெறுங்கையா போறதப் பார்த்தா சந்தேகமா இருக்குதே" என்று கண்ணுச்சாமி அவர் காதுபடப் பேசினார். அப்போதே 'இந்த ஊர்ல எப்படி காலம் போகுமோ' என்ற கிலி வெங்கடாசலத்துக்குத் தொற்றியது.

ஊர்மக்களுக்கு, இனிமேப்பட்டு மூலனூர்வரை போய் முத்து டாக்டரைப் பார்க்கவேண்டிய அவசியமில்லை என்று நிம்மதி வந்தது. அப்போது பெரியம்மை நோய் உலகில் முற்றாக ஒழிக்கப்படுவதற்கு முன்னால் கடைசிகாலத் தாண்டவத்தில் இருந்தது.

வீராசாமி தனது கோயம்புத்தூர் மாப்பிள்ளையை டாக்டரிடம் அழைத்துப்போனது பெரியம்மைக்காக அல்ல. சாதாரண சளி, காய்ச்சல்.

இருவரில் யார் நோயாளி என்று டாக்டர் குழம்பித் தவிக்க, வீராசாமி ஆரம்பித்தார்:

"இவரு நம்ம மாப்பிள்ளைங்க. கோயம்புத்தூர்ல இருந்து வந்திருக்காரு. கிலோமீட்டர் சேஞ்ச் ஆயிடுச்சா... அதுதான் உடம்பு சரியில்லாமப் போயிடுச்சு" என்று மாப்பிள்ளையைக் காட்டினார். ஸ்டெதஸ்கோப்பை காதில் மாட்டியவர், எடுத்து டேபிளில் வைத்துவிட்டு, "கிலோமீட்டரா?" என்றார்.

"என்ன டாக்டர்... இதுகூடவா தெரியல? அங்கேக்கும் இங்கேக்கும் வெயில், காத்தெல்லாம் மாறுபடும் இல்லையா? அதத்தான் சொன்னேன். கிலோமீட்டர் சேஞ்ச்!" என்று வீராசாமி அழுத்தம் திருத்தமாகப் பதிலளித்தார். டாக்டருக்கு டியூஷன் எடுக்கும் உத்யோகம் வேறு வாய்த்துவிட்டது.

"அது கிலோமீட்டர் இல்லீங்க... நீங்க சொல்றது கிளைமேட்னு நினைக்கறேன்..."

டாக்டர் சொன்னதும் 'ஓ யெஸ்' என்கிற பாவனையில் தலையாட்டினார் வீராசாமி. டாக்டர் ஸ்டெதஸ்கோப்பை வைத்து கோயம்புத்தூர் மாப்பிள்ளையை பரிசோதித்தார். ஸ்டெத் பரிசோதனை முடிந்ததும் வீராசாமி டாக்டரிடம், "என்னங்க டாக்டர், அவருக்கு சளினு சொல்றேன். நீங்க மூக்குலயே வச்சுப் பார்க்கலியே?" என ஸ்டெத்தைத் தொட்டுக்காட்டி வினவினார். அடுத்துவரும் பல தொந்தரவுகளை ஒருமூச்சாகச் சமாளிக்க, டாக்டர் விரிவாகவே பேசிவிட முடிவெடுத்தார். "இங்க பாருங்க வீராசாமி. இந்தக் குழலு, துடிப்பு பாக்கறதுக்கு உள்ளது. இதை வச்சுத் துடிப்பைப் பார்த்ததும் என்ன வியாதினு ஓரளவு கண்டுபிடிச்சிடுவோம். பலபேரு வியாதி எங்கிருக்கோ, அது சம்பந்தப்பட்ட இடத்துலயே இதை வச்சுப் பாக்கணும்னு எதிர்பாக்கறாங்க. அது தேவையில்ல. ஊசியும் அப்படித்தான். புஜத்துலயோ, பிட்டத்துலயோ போட்டா, நரம்புவழியா எல்லா இடத்துக்கும் மருந்து போயிடும். மத்த ஆளுகமாதிரி நீங்களும் தப்பா நினைக்க வேண்டியதில்ல. நீங்க இங்லீஷ் தெரிஞ்சவரு பாருங்க!" டாக்டரின் நைச்சியம் பலனளித்தது.

வீராசாமி, "சரிங்க டாக்டர். நீங்க மாப்பிள்ளைக்கு நல்லா 'இன்பெக்சன்' ஏத்திவிடுங்க" என்று கேட்டுக்கொண்டார். டாக்டர் அவரது மொழியைப் பணிந்து புரிந்துகொண்டு, 'இன்ஜெக்ஷன்' போட்டுவிட்டார்.

சிகிச்சை முடிந்ததும், அடுத்த ஆள் வரத்து இல்லாததால் இருதரப்பும் பேச்சுவார்த்தையைத் தொடர்ந்தது. கோயம்புத்தூர் மாப்பிள்ளை காசைக் கொடுத்துவிட்டு ஓரமாக பெஞ்சில் நீட்டிப் படுத்துவிட்டார். "டாக்டர்! இந்தப் பெரியம்மை ரொம்ப 'எபெக்ட்' பண்ணிருமா?" வீராசாமி சரியான அர்த்தத்தில் பேசியதும், டாக்டர் உற்சாகமாகிவிட்டார். பின்னால் ஒரு 'எஃபெக்ட்' வரப்போவது தெரியாமலே!

"அது ரொம்ப சிவியரான ஒண்ணுதான். பட், சீக்கிரம் பெரியம்மையை 'எராடிகேட்' பண்ணிடுவாங்க."

"ஆமா, டாக்டர்! இந்தமாதிரி நோயையெல்லாம் 'டெவலப் ஆகவிடக்கூடாது."

சரியான பதப்பிரயோகங்கள் டாக்டரை உயர உயரத் தூக்கிக் கொண்டிருந்தன.

"டாக்டர் இந்தப் பெரியம்மைக்கு இங்லீஷ்ல என்ன பேரு?"

"ஸ்மால் பாக்ஸ்."

வீராசாமி உதட்டைப்பிதுக்கி, உருத்திரங்கண்ணனாக மாறினார்.

"நோ, அப்படி இருக்க வாய்ப்பேயில்ல! நீங்க பொய் சொல்றீங்க. 'ஸ்மால்'னா சிறுசுன்னு அர்த்தம். நான் ஒண்ணும் ஃபூல் கிடையாது."

கடைசியில் பெரியம்மைக்கு ஆங்கிலத்தில் 'பிக் பாக்ஸ்' என்று டாக்டர் ஒப்புக்கொள்ளவேண்டியதாயிற்று. சமாதானமாக பிரிய முடிவுசெய்தனர். எப்படியும் ஒருவருக்கொருவர் தயவு வேணுமில்லையா? ஆஸ்பத்திரியைவிட்டு வெளியே வரும்போது வீராசாமி டாக்டரின் ஸ்டெதஸ்கோப்பைத் தொட்டுக் கேட்டார். "டாக்டர் இந்தக் கருப்பு மாலைக்கு பேரென்ன?"

வீராசாமி அறியாமையால்தான் இப்படி வில்லங்கமாகப் பேசுகிறாரா? அல்லது விளையாடுகிறாரா என்ற சந்தேகம் டாக்டருக்கு உடனே வந்துவிட்டது. ("ஊசிக்கெல்லாம் உடனே இங்கிலீஷ் பேர் சொல்றீங்க. இதுக்கு இப்பத்தான் பேர் கேக்கறீங்க?" என்றார்.)

"அதில்லைங்க டாக்டர். அம்மை குத்தறவங்க வர்றப்பயே, ஊசிக்குப் பேர் என்னனு கேட்டுத் தெரிஞ்சுகிட்டேன். இத இப்பத்தான் பாக்கிறேன். எங்கிட்ட ஒரு பழக்கம் என்னனா, எந்த ஒரு பேரையும் இங்லீசுல ஒருதடவை கேட்டேன்னு வைங்க... அப்படியே கப்புனு கேட்ச் பண்ணிருவேன்."

டாக்டரும் 'ஸ்டெதஸ்கோப்' என்று தனது கருப்பு மாலைக்கு விளக்கம் கொடுக்க, வில்லங்க வீராசாமி விடைபெற்று திருப்தியுடன் விரைந்தார் வீடுநோக்கி. அதை மறுபடி ஒழுங்காக சொல்லத் தெரியாமல், ஊருக்குள் நடத்திய குழப்பங்களைச் சொல்ல ஆரம்பித்தால், அது தனிக்கதையாக வளரும்.

டாக்டர் வெங்கடாசலம் பல இடர்கள், இன்னல்கள் கடந்து ஆதிமங்கலத்தில் புகழ்பெற்றுக் கொண்டிருந்தார். பூச்சி மருந்துகளின் உயிரைப் போக்கும் தன்மையறிந்து, அவற்றை வயலில் இடுவதற்குப் பதில் சிலர் வாயிலும் இட்டார்கள். அந்த உயிர்கொல்லிகளின் பெயர்களைத் தெரிவிப்பது தர்மமாகாது; எமதர்மம் ஆகிவிடும். இப்படி பலவிதக் கரைசல்களைக் கொண்டு உயிர் மாய்த்துக்கொள்ளப் பார்த்தவர்களுக்கு கடின சிகிச்சைகள் கொடுத்து அந்த மருத்துவர் உயிர்பிழைக்க வைத்தார்.

பத்தாண்டுச் சேவையை அவர் நிறைவுசெய்வதற்குள் மரணமெய்தினார். பணங்காசைப் பொருட்டாக மதிக்காமல் அவர் சேவை செய்து வந்ததால், அவர் இறந்த தினத்தில் தெரு முழுதும் சனங்களால் நிரம்பிவிட்டது. சொந்தக்காரர்கள் பாடைகட்டி வைத்திருக்க, சவம் எடுக்கும் நேரத்தில் ஊர்சனங்கள் பாடையைக் கைப்பற்றினார்கள்.

"ஐயா! எங்கியோ பொறந்து இங்க வந்து, எங்ககூட இருந்து, எங்கள்ல ஒருத்தரா ஆயிட்டாரு. அவருக்கு நாங்கதான் தோள்

குடுக்கணும்" என்று இடுகாடுவரை கண்ணீருடன் தூக்கிச் சுமந்து நல்லடக்கம் செய்தனர்.

விஷம் அருந்துவதற்கு 'மருந்தைக் குடிப்பது' என்று சொல் வழங்கிவந்தது. அதை நமது வீராசாமி 'மெடிசின் சாப்பிடுவது என்றே வழங்கிவந்தார். உலகநாதன்தான் அதை 'பாய்ஸன்' என்று கூறவேண்டும் என்று திருத்தினான். இந்தச் சொல்லை பசி வயிறோடு அவர் உள்வாங்கிக் கொண்டார் வீராசாமி.

வெங்கடாசலத்தைத் தொடர்ந்து ரமணன் எம்.பி.பி.எஸ் வந்தார். அவரோடு கூடவே 'பத்மா மெடிக்கல்'ஸும் வந்து ஸ்தாபிதமாகிவிட்டது. மெடிக்கல்ஸினால் டாக்டர் அடைந்த லாபத்தைவிட மருந்துக்கடையை நிர்வகித்த ரகுநாதன் அடைந்த லாபம் குறிப்பிடத்தகுந்தது. அவன் மருந்துக் கடையில் வேலைக்குச் சேர்ந்த நாள் முதலே, டாக்டரின் கையெழுத்தை நொடிக்குள் அறிந்து மருந்துகளை எடுத்துப் போடுவான்.

அவனிடம்தான் டீக்கடை முத்துசாமி நேரடியாக ஆலோசனை கேட்டது. "டாக்டர்கிட்ட இது விஷயமா போறதுக்கு சங்கடமா இருக்குது. நான் கொஞ்சம் எடுப்பான கலருக்கு வரணும். அதுக்கு ஏதாச்சும் மருந்து இருந்தா குடுறா!"

இந்தக் கோரிக்கைக்குப் பிறகு மாலை நேரங்களில் முத்துசாமிக்கு தினத்துக்கு மூன்று பி காம்ப்ளெக்ஸ் மாத்திரைகளை ரகுநாதன் தந்து வந்தான்.

"இந்த மாத்திரதானா?"

"இதேதான் நம்பிச் சாப்பிடலாம்!"

"அதுசரி. நான் சிவப்பாகறதுக்கு என்ன அறிகுறி?"

"தினம் காலைல ஒண்ணுக்குப் போகும்போது மஞ்சளாப் போச்சுன்னு வய்யி. நீ சிவப்பாகறேனு அர்த்தம்."

ரகுநாதனை நம்பி மூன்றாண்டுகள் மஞ்சளாக ஒண்ணுக்குப் போனான் முத்துசாமி. பதிலுக்கு ரகுவுக்கு நினைத்த, நினைக்காத நேரங்களிலெல்லாம் டீ, பன், பிஸ்கெட், பழம், சிகரெட் இவற்றுடன் டீக்கடைக்கு அப்பாற்பட்ட பொருட்களையும் அளித்துவந்தான். அப்புறம் குட்டு உடைந்து ரகுநாதன் உறவை உடைத்துக் கொண்டான். ஒண்ணுக்கு நீர் நிறத்திலேயே அடிக்க ஆரம்பித்தான்.

பெரியவீட்டுத் தோட்டத்தில் வேலை செய்துகொண்டிருந்த கருப்பன் ஒருநாள் திடீரென மயக்கம் போட்டு விழுந்துவிட்டான். கடைசிக்கால யாத்திரைகளுக்கு அப்போது சந்துருவின் குதிரை வண்டி இருந்தது. அன்றைக்கு சந்துரு ஊரிலில்லாததால் வைகுந்தன்தான் வண்டி ஓட்டியது. நோய்க் குதிரையை நொக்கி எடுத்து, வண்டியில்

கருப்பனைப் போட்டுக்கொண்டு குலுங்கக்குலுங்க ஆஸ்பத்திரி வந்தான். வந்தவன் குதிரையை அவிழ்த்துவிட்டு குடைசாய்த்தான். வண்டியிலிருந்து விழுந்த கருப்பனைத் தூக்கிக்கொண்டு வைகுந்தன் ஆஸ்பத்திரியில் நுழைந்து டாக்டரிடம், "தட்டுதட்டுனு தட்டி எடுத்தாந்திட்டேன். என்னன்னு பாருங்க, டாக்டர்" என கேட்டுக் கொண்டான்.

டாக்டர், 'இது போலீஸ் கேஸ்' என்று எடுக்க மறுத்துவிட்டார். பின்னால் நடந்துவந்து சேர்ந்த ஊர்க்காரர்கள், 'தட்டுதட்டுனு தட்டி' என்பது அடிதடி சம்பந்தப்பட்ட பிரயோகம் அல்லவென்றும் அது வைகுந்தன் குதிரை வண்டியை விரைவாக ஓட்டிய லாகவத்தைக் குறிப்பது என்றும் எடுத்துச் சொன்னார்கள். டாக்டர் 'வைத்தியப் படிப்பைவிட, வட்டார வழக்கு கடினம்போலிருக்கிறதே' என நினைத்திருப்பார்.

வட்டார வழக்குகளைவிட பெரும் சிக்கலை, அவர் 'இங்கிலீசு வீராசாமி' மூலம் அனுபவிக்கவேண்டி வந்தது.

மருந்து குடித்த ஒரு ஆசாமியை டாக்டரிடம் அழைத்துப் போனார் வீராசாமி. ஆசாமி குற்றுயிரும் குலை உயிருமாக பேசமுடியாத நிலையிலிருக்க, டாக்டர் ரமணன், "இவருக்கு என்ன ஆச்சு?" என்றார்.

"பாயாசம் சாப்பிட்டுட்டாரு!"

"யோவ், பாயாசத்துக்கெல்லாம் இப்படி ஆகாதேய்யா... அதுல எதுனாச்சும் கலந்து குடிச்சிட்டாரா?" என்றவாறு நோயாளியின் சுவாசக்காற்றை மோந்து பார்த்தார்.

"ஏங்க, பாயாசம் குடிச்சதே உசுருக்கு ஆபத்து. அந்த பாயாசத்துக்கு இன்னொரு பாயாசம் வேற கலப்பாங்களாக்கும்!" என்று வீராசாமி துள்ள, ஒருவழியாக டாக்டரே பாய்சனையும் பாயாசத்தையும் மனதுக்குள் பிரித்தறிந்தார். 'போலீஸ் கேஸ்' என்று முதலில் சொன்னாலும், போராடி ஆளைக் காப்பாற்றிவிட்டார்.

கடைசியாக வீராசாமி தனியே அழைத்துச் சொன்னார்.

"நல்லாக் கேட்டுக்கோ. உனக்கே சீக்கு வந்தாலும் இந்தப் பக்கம் நீ வரக்கூடாது... புரியுதா?"

என்ன செய்வது... மருத்துவரேகூட சிலசமயம் வாளால் அறுத்துச் சுடவேண்டியிருக்கிறது.

●

அழைப்புமணி

காலத்தின் அழைப்புமணி வண்டிக்காரச் செம்பட்டைக்குக் கேட்டது. அவர் கடைசியாகக் கேட்ட சத்தம் அதுதான். அதோடு இயற்கை எய்திவிட்டார். அவர் வைத்திருந்த வண்டியும் மாடுகளும் பெரியதாதம்பாளையத்தில் ஒருவருக்கு அவரது வாரிசுகளால் விற்கப்பட்டன.

செம்பட்டைதான் செத்துப்போனாரேயொழிய, ஆதிமங்கலத்திலிருந்து அவரது ஆன்மா விலகவில்லை. அவரது கருத்துலக வாரிசாக பவனிவர ஆரம்பித்தார் பெரியசாமி.

கரூருக்கு வாழ்க்கைப்பட்டுப் போயிருந்த கலைராணி, மாரியம்மன் கோயில் திருவிழாவுக்கு ஊருக்கு வந்தபோது பெரியசாமியைப் பார்த்து, “எங்க வீட்டுக்கு ஒருநா வாங்க மாமா” என்று அழைப்பு வைத்தாள்.

கழுத்து தாங்காத அளவு நகைகளை அவள் அணிந்திருந்தாள். ஆதிமங்கலவாசிகள் அவ்வளவுபேருக்கும் தன் கரூர் வீட்டையும் டாம்பீகத்தையும் காட்டிவிட வேண்டும் என்கிற விருப்பம் அவளுக்கிருந்தது. கணவன் செல்லமுத்து அவளைக் கட்டும்போது, கைத்தறி நெய்யும் தொழிலாளி. இப்போது டெக்ஸ்டைல் அதிபர். கூரையைப் பொத்துக்கொண்டு குபேரலட்சுமி குதித்த அதிர்ஷ்டம் அது.

‘பணம் வந்தாலும் குணம் மாறல...’ என்று கலைராணியை மனசுக்குள் பாராட்டிய பெரியசாமி, “அடுத்த வாரம் வர்றேனம்மா”

என்று ஒப்புக்கொண்டார். "வந்தீங்கனா கதவத் தட்ட வேண்டியதில்ல மாமா. கதவுக்குப் பக்கத்துலயே சுச்சு ஒண்ணு இருக்கும். அத அழுத்துனாபோதும்" என்று சொன்னவள், கரூரில் தனது வீட்டுக்கு வந்தடையும் வழிமுறைகளையும் சொல்லிவிட்டு, மாரியம்மனைக் கும்பிட்டுப் போய்விட்டாள்.

அடுத்த வாரம் சொல்லிவைத்தபடி பெரியசாமி பஸ் ஏறி கரூர் போய் வையாபுரி நகரில் இறங்கி, அவளது வீட்டை விசாரித்தவாறு நடந்தார். எளிதில் வீட்டை அடைந்து, மூடிய கதவின் முன்நின்று சில விநாடிகள் தாமதித்தார். இந்தத் தற்செயலான தாமத சமயத்தில் வீட்டினுள் இருந்த கலைராணி கதவு நோக்கி நடந்து வந்துகொண்டிருந்தாள்.

கதவுக்கு அருகில் சுவிட்சைப் பார்த்துவிட்ட பெரியசாமி, அதன் மீதே கண்ணை நாட்டி ஆட்காட்டி விரலைவைத்து அழுத்தினார். 'கீர்'ரென்று அது அலறுவதற்குமுன்பே கலைராணி கதவைத் திறந்துவிட்டாள்.

ஆக, பெரியசாமி முடிவுக்கு வந்துவிட்டார். பொத்தானை அழுத்தினா கதவு திறக்குது! இந்தப் பொத்தான் இயங்கும் சூட்சுமம் பற்றி பொட்டைப்புள்ளையிடம் கேட்கவும் கூச்சமாயிருந்தது. இருவேளை விருந்தாடிவிட்டு ஆதிமங்கலம் திரும்பினார். டீக்கடைகளிலும் தலைவாசலிலும் நின்றபடி, பொத்தான் அழுத்தினால் கதவு தானே திறக்கும் மர்மத்தைப் பற்றி பேசிப்பேசி மாய்ந்தார். 'மாடர்ன் தியேட்டர்ஸ்' திரைப்படங்களைத் தொடர்ந்து பார்த்துவந்த உள்ளூர் கோஷ்டி, அதை நம்பவும் ஆரம்பித்தது. தங்களை விஞ்ஞான கொழுந்துகளாகவே காட்டிக்கொண்டவர்கள், "இதென்னப்பா, பெருசு சொல்றதப் பாத்தா என்னமோ ஜி.டி.நாயுடு வேலையாட்டம்ல இருக்குது" என்று வியந்தனர்.

கண்ணுச்சாமி, "இருக்கும். இருக்கும்! கொஞ்சம் கரன்டு அதிகம் செலவாகும்" என்றார்.

இடையில் ஒருத்தர் புகுந்து அடித்தார்: "ஆயிரந்தான் இருக்கட்டுமப்பா. பகல்ல கதவை மூடிக்கிட்டு பொழப்புத்தனம் நடத்தறது டவுனுல மட்டும்தான்" என்று கூறியவர், பெரியசாமி டவுனுக்குப்போனதே பாவம் என்பதுபோல ஒரு பார்வை பார்த்தார். இப்படியான பேச்சுகள் ஓடிக்கொண்டிருக்கும்போதே இந்தத் தொட்டால் திறக்கும் வித்தாரத்தின் மர்மங்களைக் காலி செய்வது என்பதுமாதிரி, வரதராஜு ஒரு காலிங்பெல்லை வாங்கி வந்து வீட்டுவாசலில் மாட்டினார்.

சுவிட்சை வீட்டுக்கதவில் பொருத்தாமல் காம்பௌண்ட் கேட்டின் உள்வசத்தில், வெளியிலிருந்து எட்டி அழுத்துகிறாற் போன்ற ஏற்பாட்டில் வைத்தார். அழைப்புமணியின் பலனை எதிர்வீட்டுக்காரன் அடைந்த முதலாவது சம்பவம் ஆதிமங்கலத்தில் நடந்தது.

வரதராஜுவின் மகள் சாந்தாமணியை நெருக்கத்தில் பார்ப்பதற்கு, அவர்களது எதிர்வீட்டு இளைஞனான ஜகதீசனுக்கு டெலிபோன் கைகொடுக்கவில்லை என்று முன்பே பார்த்தோம்.

ஆனால், ஒரு கதவடைத்தால் மறுகதவு திறக்கும்விதமாக, ஒரு மணி மறுத்தாலும் மறு மணியான வாசல்மணி அவனுக்கு உதவியது.

சாந்தாமணிக்கு கல்யாணம் ஆகிவிட்டிருந்தது. கருநெல்லிவலசு கிராமத்தில் கந்துக்கடை வைத்திருக்கும் மாப்பிள்ளைக்குக் கட்டி வைத்துவிட்டார் வரதராஜு.

அன்றைக்கு சாந்தாமணி பஸ் இறங்கி வரும்போது ஜெகதீசன் பார்த்தான். நன்கு கொதித்த நீரில் கிடக்கும் முட்டையென இதயம் விரிசலுற்றது. அழகு கூடியிருந்தது சாந்தாமணிக்கு. ஆதிமங்கலத்து அழகுடன் கருநெல்லிவலசின் அழகையும் சேர்த்துக்கொண்டு இரட்டை அழகாய்ப் பொலிந்தாள்.

வீட்டுக்கு வந்தவனின் மனக்கண்முன் அவளது சொரூபம் தோன்றித்தோன்றி சொக்கவைத்தது. நிலைகொள்ளாது தவித்தான். சாயந்திரநேரம் வரதராஜுவும் அவர் மனைவியும் வெளியே கிளம்பிப்போவதைப் பார்த்தான். உடனடியாக வரதராஜுவின் வீட்டு மதிலருகே போய் அழைப்புமணியை அழுத்தினான். மணியோசை கேட்டு உள்ளே இருந்து ஓர் உருவம் கதவு நோக்கி வருவது, கம்பி பொருத்திய பெரிய ஜன்னல்வழியே தெரிந்தது. அது சாந்தாமணிதான் என்கிற நினைப்பில் ஓரிரு விநாடிகள் உற்றுப் பார்த்தான் ஜெகதீசன். கதவு பார்த்து நடந்துவந்தது சாந்தாமணி அல்ல. அவளுடைய தங்கை காந்தாமணி என்று தெரிந்ததும், விடுவிடென்று தன் வீட்டுக்குள் வந்து அடைந்துகொண்டான் ஜகதீசன். 'என்ன குபேந்திரம் கிளம்பப்போகிறதோ' என்ற பயத்திலேயே ஐந்து நாட்களாக மூச்சு முட்டிக்கொண்டிருந்த ஜகதீசனுக்கு ஒரு கடிதம் வந்தது அது, தேடிவந்து மணியடித்தது பற்றி ரசம் சொட்ட விசாரிக்கும்விதமாக காந்தாமணியின் கையெழுத்தில் இருந்தது!

ஊருக்குள் தறிப்பட்டறை வைத்திருந்த ராமலிங்கமும் அழைப்புமணி வாங்க முடிவெடுத்தான். அதற்கு தங்கவேல்தான் காரணம். கிழக்கே சேனாபதிபாளையத்தில் இருந்து தறிக்கு வருவான் தங்கவேல். விவரம் பத்தாதவன், அப்பாவி, வெகுளி, தூங்கன், சோம்பேறி என உலகத்தில் நிம்மதியாக இருக்கிறவர்களுக்கு என்னென்ன பெயர் உண்டுமோ அவ்வளவு பேரும் அவனுக்கு உண்டு.

பட்டறையில் நீண்டகாலம் புழங்கியதில் டிவைன் கம்பி முதல் டிக்கர் கட்டை வரை அத்தனை பாகங்களின் பெயரும் அவனுக்கு

அத்துபடி. ஆனால், சேர்ந்தாற்போல கால்மணி நேரம் வேலைசெய்தால் அரைமணி நேரம் உறங்கியாக வேண்டும். தங்கவேலை நம்பி, தறியை ஓட்ட முடியாதென்பதால், பீஸ் மடிக்கிற வேலையை அவனுக்குக் கொடுத்தான் ராமலிங்கம். அவனால் லாபமுமில்லை, பாபமுமில்லை என்றளவுக்குதான் வேலைக்கு வைத்துக்கொண்டிருந்தார். ஓனர் ராமலிங்கம் இரவு வேலைகளை முடித்துக்கொண்டு கிளம்பினால், பிறகு பீஸ் மடிக்கிற அறையில் உள்ளே தாழ்வைத்துக்கொண்டு தங்கவேல் அங்கேயே தூங்கிவிடுவான். காலையில் அவனை எழுப்பிக் கதவைத் திறக்கச் செய்வதற்கு ராமலிங்கம் பாடாய்ப்பட வேண்டியிருந்தது.

ஊருக்குள் திருடன் புகுந்தால் ஏற்படும் களேபரம்போலத்தான் இருக்கும், தங்கவேலுவை எழுப்பும் முயற்சிகளும். ஏகத்துக்கும் தட்டியும், தொண்டை வறள கூச்சலிட்டும் சோர்ந்துபோகிற நேரத்தில், கதவுக்கருகில் படுத்திருக்கும் தங்கவேலு எழுந்து, தாழை நீக்கிவிட்டு மீண்டும் தொப்பென்று சாய்ந்து படுத்துவிடுவான்.

ராமலிங்கம் தறிவேலைகள் பார்த்துக்கொண்டிருக்கும்போது தானாக எழுவான். ஆக, தூக்கங்களுக்கு இடையேயான இடைவெளிதான் தங்கவேலின் வாழ்க்கை.

அழைப்புமணியை தாராபுரத்தில் வாங்கும்போதே ராமலிங்கம் சொன்னது இதுதான். “தெருவே எந்திருக்கறமாதிரி சத்தம் கேக்கணும்ய்யா. அப்போதான் வேலைக்கு ஆகும்.”

மணியை கதவின் உள்பக்கத்து அருகாமைச் சுவரிலும், சுவிட்சை கதவுக்கு வெளிப்பக்கம் நிலைப்படியிலும் பொருத்தினார் ராமலிங்கம். முகத்தில் நிம்மதி தெரிந்தது. மணியை அடித்துப் பார்த்து, உயர்ந்த சத்தத்தை வேறு கேட்டதும் நிம்மதி சுடர்விட்டுப் பிரகாசிக்கச் செய்தது. பாவம், அந்த நிம்மதிக்கு ஈசலின் ஆயுசுதான் என்பதை அவர் அறிந்திருக்கவில்லை.

மறுநாள் காலை வீட்டிலிருந்து எழுந்து தறிப்பட்டறைக்கு ராமலிங்கம் போனார். இனி உள்ளங்கை சிவக்கக் கதவு தட்டவேண்டியதில்லை. விரல்நுனியே போதும்.

‘கிர்ரிங்... கிர்ர்ரிங்’ என்று நான்கைந்து முறை அழுத்தினார். உள்ளே அரவத்தைக் காணோம். சுவிட்சின்மீது வலது கை ஆட்காட்டி விரலை ஊன்றினார். “கிர்..ர்....ர்ர்ர்...’! உள்ளே படுத்து இருந்த தங்கவேலுக்கு தூக்கம் கலைந்தது. அருகில் பார்த்தான்... ‘கணேஸ் ராடு’ என்று தறி ஓட்டும் தொழிலாளிகளால் அழைக்கப்படும் ‘கனெக்ஷன் ராடு’ கிடந்தது. தூக்கக் கலக்கத்திலேயே அதைத் தடவி எடுத்து, மணியைப் பார்த்து விசிறினான். ‘ரேங்க்’ என்று மணி தெறித்து விழுந்தது. வழக்கம்போல தொப்பென்று விழுந்து தூங்க ஆரம்பித்துவிட்டான்.

வெளியில் இருந்த ராமலிங்கத்துக்கு ஒன்றுமே புரியவில்லை. மணி அடிக்காததால், மறுபடியும் தனது சிவந்த கரங்களைக் கொண்டு கதவைத் தட்ட ஆரம்பித்தார்.

கதவு இடிபடும் சத்தம் தாளாமல் மறுபடி விழிப்புக்கு வந்த தங்கவேல், எழுந்து கதவைத் திறந்தான். உள்ளே நுழைந்த ராமலிங்கம், அழைப்புமணி துண்டாகத் தனித்தனியே கிடப்பதைப் பார்த்தார். அதைப் பார்த்தவாறே, "இது என்ன... இது எப்படி?" என்றார்.

"பெல்ல ரொம்ப நேரம் அடிச்சீங்களா?"

"ஆமா.."

"அதுதான் கரன்டோட லோடு தாங்காம உடைஞ்சு விழுந்துருச்சு!"

ஒன்றும் பேசாமல் ராமலிங்கம் போய்விட்டார். அந்த ஒரு விநாடியில் தங்கவேலுவுக்கு சமயோசிதத்தின் கதவு திறந்ததால், உணவும் உறங்குமிடமும் உத்தரவாதமாயிற்று. சொன்ன பொய்யோடு சேர்த்து அவனது மனசாட்சியும் விழித்துக்கொண்டதில், விழிப்பு உணர்வும் எப்படியோ கூடிப்போனது. அடுத்த நாளிலிருந்து ராமலிங்கம் வருகிறநேரம் கதவு திறந்திருப்பதும், தங்கவேல் பீஸ் மடித்துக் கொண்டிருப்பதுமான காட்சிகளைக் காணமுடிந்தது.

எந்தெந்த நேரத்தில் எந்தெந்தக் கதவு திறக்குமென்று யார்தான் சொல்லமுடியும்?

●

பாங்க்

அவசரம் ஆத்திரத்துக்கு கடன் வாங்காத விவசாயிகளும் உண்டா? சுற்றுப்பக்கமுள்ள ஊர்க்காரர்களில் சிலபேரும் ஆதிமங்கலத்துக்காரர்கள் சிலபேரும் விவசாயிகளுக்கும் மற்ற குடும்பஸ்தர்களுக்கும் வட்டிக்குக் கடன் கொடுத்து, பத்திரங்கள் எழுதி வாங்கி வருவது காலகாலமான வழக்கமாக இருந்தது.

கருவேல முள்ளை வைத்து ரிக்கார்டு பிளேயரில் பாட்டுப்பாட வைக்கச்சொல்லி மைக்செட்காரரை அசத்திய ராசாத்திகூட அஞ்சு வட்டி, எட்டு வட்டிக்குக் கடன் கொடுத்துவந்தாள். ஆனால், ராசாத்தியின் பரிவர்த்தனை எல்லாம் பெண்களோடு மட்டும்தான். பாண்டு பத்திரங்களில் எழுதி வாங்குவதை மட்டுமே ஆதாரமாகக் கொள்ளமாட்டாள் ராசாத்தி. அந்த நேரத்தில் குரல் கொடுக்கிற சுவர்ப் பல்லிகளை சாட்சியாக வைத்தும், கடன்வாங்க வரும் பெண்களை அவர்களின் குலதெய்வங்களின்பேரில் சத்தியம் உரைக்கவைத்தும் கடன் தருவாள். இதுவும் போதாமல் ஈயப் போகி தொடங்கி தோடு, தொங்கட்டான் வரை அடகு வாங்கிக்கொண்டுதான் காசு தருவாள்.

அவளது காசுகளுக்கு தானியத்தின் மணம் உண்டு. தவிட்டுப் பானை, சோளப் பானை, ராகிப் பானை என்று வீட்டில் மண்பானைகளுள்ள இடமெல்லாம் பணம் வைத்திருந்தாள் ராசாத்தி. இந்த மண்பானைக் காசுகளைத்தான் மண்ணின் மங்கைகள் வட்டிக்கு வாங்கி வாழ்ந்தனர்.

பணத்தை எலிகள் கொறித்துவிடக்கூடாது என்பதற்காகவே பானைகளின் எண்ணிக்கையில் பாதியளவு பூனை வளர்த்தாள் ராசாத்தி.

ஊருக்குள் வேட்டிகள் மட்டுமே இருந்த நிலைமாறி, காலில் குழாய் மாட்டித்திரியும் இளைஞர்களையும் இப்போதெல்லாம் பார்க்க முடிந்தது. கிழக்கு மேற்கு மெயின் ரஸ்தாவும் அதிலிருந்து தெற்கே சந்தைக்குப்போகிற பாதையும் ஆதிமங்கலத்துக் 'கடை-வீதி'யாக மாறி, அங்கே நகர நாகரிகத்தில் மட்டுமே பார்க்கக்கூடிய பவுடர், சீப்பு சமாசாரங்கள் உட்பட விற்பனையாகத் துவங்கியிருந்தன.

இங்கே ஈஸ்வரி மளிகை, திருமங்கலத்தார் டீக்கடை, முத்து சைக்கிள் ஷாப் மூன்றையும் கடந்தால், அடுத்ததாக அரை ஏக்கர் பரப்பில் சீமைக்கருவேலம் (வேலிக்காத்தான்) புதர் மண்டிக் கிடக்கும். அந்த இடம் வியாஜ்ஜியத்தில் கிடந்தது.

அந்த வில்லங்கப் பரப்பைத் தொட்டு நின்றுகொண்டிருக்கும் ரங்கசாமியின் வீட்டில்தான் ஊருக்கான முதல் வங்கி வந்தேறியது.

வீட்டின் அமைப்பை அலுவலக அமைப்புக்கு மாற்றவே ஒருமாத காலம் பிடித்தது. மூன்றடி அகலமுள்ள காரைப்பூச்சுள்ள மண்சுவர்களை இடித்தார்கள் லாக்கரை வைப்பதற்கு! அப்படி இடித்ததில் மட்டும் பத்து வண்டி மண் தேறியது! செங்கல் இணைத்து, காரை மேவி, புதிய உள்கதவுகளும் மேஜை, நாற்காலி, ஃபேன்களுமாக வங்கி அமைந்தது. ஆதிமங்கலம் காணாத அருங்காட்சியாக, தள்ளினால் உள்ளே போய்ச் சுருண்டுகொள்ளும் தகரக் கதவும் (ரோலிங் ஷட்டர்) அதற்குப் பொருத்தப்பட்டது.

ஸ்தாபித அதிகாரிகள் அடிக்கடி கார் எடுத்துக்கொண்டு வந்து, சுற்றுப்புறக் கிராமமெல்லாம் சென்று, வெள்ளைச் சட்டை போட்டவர்கள் வீட்டுக்கெல்லாம் சென்று மோர் குடித்துவிட்டு, 'வங்கியின் வருகை வருங்காலச் செழுமை' ஆகியவற்றைப் பேசிவிட்டு வந்தார்கள்.

ஒன்றியமெங்கும் போஸ்டர்கள் திமிலோகப்பட்டன. ஆதிமங்கலம் வங்கிக் கிளை திறந்தது. அந்தக் கிளைக்கு மேலாளர் கட்டபொம்மனும், மண்டல மேலாளர் கர்ணனும் ஓடியாடி ஏற்பாடுகள் செய்ய, ஒரு மங்கலநாளில், சூரியன் தகிக்கும் காலைப்பொழுதில் ஏகப்பட்ட சேர்கள் மற்றும் கார்கள் நிற்க, மைக் வைத்து அந்தத் திறப்பு விழாவில் பலரும் பேசினார்கள். ஏட்டு முதல் மாஜிஸ்ட்ரேட்டு வரை, மாட்டு டாக்டர் முதற்கொண்டு மாவட்டத் தலைமைக் காசாளர் வரை ஆதிமங்கலத்துக்கு விஜயம் செய்தனர்.

அரசாங்கத்தின் முழுவீச்சு தெரியாவிட்டாலும், முக்கால் வீச்சாவது தெரிகிறவகையில்தான் அன்றைய நிகழ்ச்சி இருந்தது. சிக்கனத்தைக் கைக்கொள்ளுவது பற்றியும், சேமிப்பின் அவசியம் பற்றியும் அரசு சம்பளக்காரர்கள் ஊர் மக்களுக்கு விளையாட்டுப் பிள்ளைகளுக்குச் சொல்வதுபோல பக்குவமாகவும் எடுத்துச் சொன்னார்கள்.

கதுப்பு ததும்பும் கன்னங்களோடும் தன்னடக்கத்தோடும் வினயத்தோடும் அவர்கள் பேசியதை ஆதிமங்கலவாசிகள் திறந்தவாய் மூடாமல் கேட்டனர். சம்பிரதாயங்களெல்லாம் முடிந்து வங்கி தனது செயல்பாட்டை ஆரம்பித்ததும், முதலில் பணம் டெபாசிட் செய்ய வியாபாரிகள்தான் வங்கிக்குள் நுழைந்தனர்.

இரண்டு ஆள் உயரத்துக்கும் அதிகமான 'ஷட்டர்' நுழைவாயில் வைத்து, உள்ளே குறுக்கும்நெடுக்குமாகத் தடுப்புகள் வைத்து, குனிந்த தலை நிமிராமல் பணிபுரியும் மனிதர்களைக்கொண்ட அந்த வங்கிக்குள் அந்த வியாபாரிகள் நுழைந்தவுடன் அவர்களுக்கு ஏற்பட்ட முதல் உணர்வு, 'வேதாள உலகத்தினுள் புகுந்தவுடன் டி.ஆர்.மகாலிங்கம் திரையில் காட்டுவாரே...' அதுபோன்ற பிரமிப்பான உணர்வுதான்!

டெபாசிட்களை சிரிக்கச்சிரிக்க வாங்கிக்கொண்ட கட்டபொம்மன், கடன்களை அத்தனை எளிதில் சாங்ஷன் செய்யவில்லை. உயிர்க்கடன் முதல் பயிர்க்கடன் வரை எது வாங்கப்போனாலும், 'எதற்குக் கொடுக்கவேண்டும் லோன்? எங்களுக்கான பணத்துக்கு ஈடு வைத்திருக்கிறாயா? பக்கத்து ஊர் வங்கியில் ஏதாவது கணக்கு வைத்திருக்கிறாயா?' என்கிறரீதியில் கேள்வி கேட்டு, கடன் மறுத்துக்கொண்டே இருந்தார்.

வாய்ச்சொல்லின்மேலும், ரெவின்யூ ஸ்டாம்ப்மேல் ஒற்றைக் கையெழுத்துப் போட்டும் கடன் வாங்கிப் பழக்கப்பட்ட ஆதிமங்கலத்துக்காரர்கள், 'எத்தனை காகிதங்களைக் கொண்டு, தங்கள் நேர்மையை நிரூபணம் செய்வது?' என்று திகைத்தனர்.

காட்டவேண்டிய திறமைகளையும் காகிதங்களையும் காட்டி, முதன்முதலாக லோன் பெற்றவர் வீராசாமிதான்! "கரெக்டா கட்டிரணும்யா..." என்ற கட்டபொம்மனிடம், "டோன்ட் வொர்ரி சார்!" என்று பதிலளித்துவிட்டு வந்து, வாங்கிய காசில் ஜவுளிக்கடை வைத்தார்.

பட்டாபட்டி டவுசர்கள், நூல் சேலைகள், ஈரிழைத் துண்டுகள், கோடித் துணிகள், வேட்டிகள் இவையே விற்கப்பட்ட, இரண்டு பெட்டிக்கடை அளவு அகலமுள்ள அந்தக் கடைக்குப் பெயர் 'இந்தியன் சில்க் எம்போரியம்'!

வங்கியில் லோன் மட்டுமல்லாது, தான் போட்டுவைக்கிற காசுக்கு வட்டியும் தருவார்கள் என்று கேள்விப்பட்டு, ராசாத்தி இரண்டு பானைகளிலிருந்து காசு திரட்டி ஆயிரம் ரூபாயை எடுத்துக்கொண்டு வங்கிக்குப் போனாள்.

சரித்திரம் பதிவுசெய்ய மறந்த ஜான்சிராணி அவள். வெட்டு ஒண்ணு, வட்டி அஞ்சு என்பதுதான் எப்பவும் அவளது டீலிங்!

க.சீ.சிவகுமார்

நேராகச் சென்று கட்டபொம்மனைப் பார்த்துச் சொன்னாள்: "சார், ஆயிரம் ரூபா இருக்கு. அதை பாங்க்ல போடலாமுனு பாக்கறேன்!"

"நல்லதும்மா... டெபாசிட் பண்ணுங்க!"

"வட்டி எவ்வளவு தருவீங்க?"

"ஒரு வட்டியைவிடக் கொஞ்சம் கூடுதலாக் கெடைக்கும்னு வைங்க..."

"என்னது?" என்று நக்கீரனைப் பார்க்கிற முக்கண்ணன் போல, மானேஜரை முறைத்தாள் ராசாத்தி. பிறகு, கோபத்தை அடக்கிக்கொண்டு சாந்தமாக உரையாடினாள்.

"ஏனுங்க சாரு... கொத்துக்காரரு ஊட்டு மாரிமுத்துக்கு நேத்துதான் காசு குடுத்தேன். அஞ்சு வட்டிதான்... அதுக்குக் கம்மியா எனக்குக் கட்டுப்படியாகாது. நீங்க படிச்சிருக்கீங்க... சூட்டு, சட்டையெல்லாம் போட்டுக்கிட்டு, இப்படிக் கேவலமா பேசலாமா? ஒரு வட்டி, ஒண்ணேகால் வட்டினு.."

கட்டபொம்மன் முதல் வேலையாக ராசாத்திக்கு தேநீர் தருவித்துக் கொடுத்தார்.

"அப்படியெல்லாம் இல்லம்மா... பொறுமையாக் கேளுங்க..." என்று ஆரம்பித்து, பொதுமக்கள் வாழ்வில் வங்கியின் பங்கு' என்ற தலைப்பில், ஒன்றரை மணி நேரத்துக்கு மிகாமல் பேசினார்.

கடைசியாக ராசாத்தி, "அதெல்லாம் சரிங்க சார்... மத்தவங்களுக்கு நீங்க கடன் கொடுக்கறதும் ஒன்றரை வட்டிக்குத்தான்னு சொல்றீங்க. இவ்வளவு கம்மி வட்டிக்கு காசு வாங்கற ஆளுக, தொழிலை கருக்கடையாப் பாப்பாங்களா?" என்று செமகேள்வி கேட்டுவிட்டு பாங்க்கிலிருந்து வெளியேறினாள்.

டாக்டருடன் பிணக்கு ஏற்பட்டதால், மருந்துக் கடையிலிருந்து விலகிய ரகுநாதன், பாங்க்கில் லோன் போட்டுச் சிறிதாகப் பெட்டிக்கடை தொடங்கலாம் என நினைத்தான். அப்போது கட்டபொம்மன் போய், வங்கியின் மேலாளராக லட்சுமி நாராயணன் என்பவர் வந்திருந்தார்.

'ஒரு குடிமகன் இவ்வளவு சிறிய தொகையைக் கடனாகக் கேட்கமுடியும்' என்று அரசாங்கம் கிஞ்சித்தும் எதிர்பார்த்திராத தொகையைக் கடனாகக் கேட்டான்.

"தம்பி, இதெல்லாம் நீங்க கைமாத்தா வெளிலயே வாங்கிக்கலாம்!" "வட்டி அதிகம் சொல்லுவாங்க சார்!" வெற்றிப்படிகளில் ஏறி விண்மீனில் கொடிநாட்டத் துடிக்கிற இவனுக்கு ஏதாவது செய்ய வேண்டும்

என மானேஜர் உளப்பூர்வமாக ஆலோசித்துக் கொண்டிருக்கையில், கூத்துவன்போல அடுத்த கேள்வியைக் கேட்டான் ரகு.

"ஏனுங்க சார்... ஒருவேளை பணத்தைத் திருப்பிக் கட்ட முடியலைனா, ஐ.பி. கொடுத்துரலாம்ல!"

கோபத்தின் உச்சாங்கொம்புக்குப் போன லட்சுமிநாராயணன், தமிழில் இவனைத் திட்டத் தகாதென முடிவெடுத்து, ஆங்கிலத்தில் கத்தினார்.

"கெட் அவுட்!"

ரகுநாதன் தவிர, சிறிதும் பெரிதுமான இரண்டு அதிர்ச்சிகளை ஆதிமங்கலத்தில் லட்சுமிநாராயணன் சந்தித்தார். சின்ன அதிர்ச்சி, சிவலிங்கம் கொடுத்தது.

லோன் ஃபார்மலிட்டீஸ் எல்லாம் முடிந்து, காசைக் கையில் வாங்கிக் கொண்டார். "மாசா மாசம் கரெக்டா கட்டிருங்க சார்!" என்று லட்சுமிநாராயணன் கேட்டுக்கொண்டதும் சிவலிங்கம் மலர்ந்த முகத்தோடு கூறினார்.

"கரெக்டா கட்றாப்ல இருந்தா, ஃபைனான்ஸ்ல லோன் வாங்கி யிருப்பேன்ல... உங்ககிட்ட எதுக்கு வர்றேன்?"

சாமானிய ரூபத்தில் வராமல், பெரிய அதிர்ச்சி என்பது எருமை மாடு மற்றும் மானிய ரூபத்தில் வந்து சேர்ந்தது. 'வாங்கப் பாத்திரம் நிறைக்கும் வள்ளல்' எருமைகளை வாங்குவதற்கு, எருமைக்கு மூவா யிரம் மானியம் என்று அரசு அறிவித்துப் பால்வளம் பெருக்க உத்தேசித்தது. ஒரு கட்சியின் ஒன்றியச் செயலாளராக இருந்த நாட்ராயன், முப்பது விவசாயிகளைத் தயார்செய்து ஃபார்மலிட்டீஸெல்லாம் பக்காவாக ரெடி பண்ணிக் கொடுத்து, அவர்கள் பெயரில் லோன் வாங்கிவிட்டார். மானியத் தொகையாக அரசு அளித்த பணத்தை அவர் எடுத்துக்கொண்டு, மீதத்தை விவசாய அன்பர்களுக்குத் தந்தார். தருணம் பார்த்து, மழை அந்த வருடத்தை ரத்து செய்துவிட்டது. வங்கி அதிகாரிகள் கடனைக் கேட்கப் போக... பல முகமும் ஒரே குரலுமாக, "நாட்ராயன்கிட்டப் போய் வாங்கிக்குங்க..." என்று கூறினர் உழவர்கள்.

ஆக, வாங்கிய கடனைத் திருப்பித் தராத பெருமையை கூட்டமாக அந்த ஊர் விவசாயிகளும், வங்கியில் அரசியல் விளையாட்டைத் தொடங்கிவைத்த பெருமையை அங்கே நாட்ராயனும் பெற்றனர். இந்த விவகாரத்தில் லட்சுமிநாராயணனுக்கு முதலில் சஸ்பெண்டும், பிறகு டிரான்ஸ்ஃபரும் கிடைத்தன.

விதவிதமான மானேஜர்களையும், விநோதமான வாடிக்கையாளர்களையும் விடுமுறை நாட்கள் தவிர்த்த எல்லா நாளிலும் ஆதிமங்கலம் சந்தித்துக் கொண்டிருந்தாலும், உள்ளூர் பாண்டு பத்திர கொடுக்கல் வாங்கல்களும் குறையவேயில்லை.

கொடுவாளில் குத்துப்போட்டு, நீர்ப்பானை உடைய, கீழ்ப்புற இடுகாட்டில் அடக்கமாகும் நாள்வரை ராசாத்தி அஞ்சு வட்டிக்குக் கடன் கொடுத்துக்கொண்டுதான் இருந்தாள். அதை வங்கியைவிட திறமையாக தனது வாய்ஜாலத்தை வைத்தே திருப்பி வசூல் செய்துகொண்டும் இருந்தாள்.

ஆதிமங்கலத்தின் அந்த தேசிய வங்கியின் போர்டில் இந்தியிலும் எழுத்துக்கள் உண்டு. எழுதியவன் பிழையோ அல்லது தெரிந்தோ ஊர்ப்பெயரை அப்படி எழுதிவைத்தானோ...

'ஆதி மண் கலம்'!

•

கிரைண்டர்

புதன்கிழமை இரவுகளில் சொர்ணாத்தாளுக்கு துப்புரவாகத் தூக்கம் கிடையாது. பத்து கிலோ ஊறவைத்த அரிசியையும் அதற்குத் தக்க உளுந்தையும் ஊறவைத்து மாவரைக்க வேண்டும். இது தவிர, வியாழன் இரவுகளில் வடைக்கும் ஆட்டிவைக்க வேண்டும்.

வெள்ளிக்கிழமைதான் ஆதிமங்கலத்தில் சந்தை என்றாலும் வியாழக்கிழமை இரவே சந்தை களை வந்து, ஆட்டு வியாபாரம் மும்முரமாக நடக்கும். மனதைத் தளர்த்திக்கொண்டால் ஒரு பார்வைக்கு வியாழக்கிழமையின் அந்தி மசங்கலும் வெள்ளிக்கிழமையின் புலர்காலையும் ஆட்டுச் சத்தத்தின் பின்னணியில் ஒன்றேபோல இருக்க காணலாம்.

ஐம்பது, அறுபது மைல் சுற்றளவிலிருந்து ஆடுகள் வரும். அறுநூறு மைல்களுக்கு அப்பாலிருந்தெல்லாம் ஆட்கள் வருவர். ஆதிமங்கலத்தின் பெரும்பான்மையான கடைகள் வியாழன் மற்றும் வெள்ளிக்கிழமைகளை பிரதானமாக நம்பியிருந்தன.

“யெதோ வெள்ளிக்கிழம் ஏவாரம் ஆச்சுன்னாத்தான் பால்காசு தரலாம்” என்பது டீக்கடைக்காரர்களின் நாவில் புழங்கும் நாதமாகும்.

‘மணிமேகலை உணவகம்’ என்ற பெயரில் நடந்துவந்த கடையின் அடுப்புப் பகுதி சொர்ணாத்தாளுக்குச் சொந்தம். கல்லாப்பெட்டி ராமசாமியின் வசம்.

‘வாக்கப்பட்டு வந்த நாளிலிருந்து தூக்கம்போச்சு’ என்பது சொர்ணத்தின் ஆவலாதிகளில் ஒன்று. ஐந்து ஆள் சேர்ந்துதான்

நகர்த்தவேண்டும்போல இருந்த செக்கு, கடையின் பின்னாடிப் பகுதியில் இருந்தது. பலாக்காயைப் போல உளியால் கொத்தப்பட்ட அந்தச் செக்கு மிகச் சில மாதங்களில் சிவலிங்கத்தைப் போல வழவழப்பாகிவிடும்.

மனைவியின் சிரமத்தை மனதிற்கொண்டு கணவன் ராமசாமி தன் இனிய நண்பர் கரன்ட் ஆபீசு கந்தசாமியிடம் சொல்லிக் கொண்டிருக்கும்போது, நானாச்சு என்று ஏற்பாடு செய்து ஒரு லாரி மூலம் அது வந்திறங்கியது. அதை இறக்கிவைக்கவும் ஐந்து ஆட்கள் தேவைப்பட்டனர். இப்போது, அது கடையின் முன்பக்கத்திலேயே சற்று உட்தள்ளிப் 'ப'வன்னா வடிவுகொண்ட பகுதியில் நிலை நின்றது. அது வந்து இறங்கியது திங்கட்கிழமை மாலையில்.

சொர்ணாத்தாள் அந்த இரவும் உறங்கவில்லை. விடிய விடிய கைநோக ஆட்ட வேண்டியதில்லை என்கிற எண்ணமே அவளைத் தூங்கவிடவில்லை. சோம வாரம் நோன்பு பிடிக்கும்போது என்னென்னவகையில் ஆராதனைகள் மேற்கொள்வாளோ, அவ்வளவும் அந்த உபகரணத்துக்கு செவ்வாய்க்கிழமை காலையில் மேற்கொள்ளப்பட்டது. கடைசி திங்கள் கிழமை மாதிரி சங்கு ஊதி சேகண்டி அடிக்கவில்லை அவ்வளவுதான்.

புதுமனை புகுவிழாவுக்கு பால் காய்ச்சுவதுபோல பால் காய்ச்சலாமா என்ற யோசனைகூட அவளுக்குத் தோன்றி கணவனிடம் கலந்தாலோசித்தாள்.

"அட நீ வேற, ஏம் மானத்தக் கெடுக்கறே. கம்முனு இரு" என்று கூறிவிட்டார் அவர்.

அது அரிசியை மாவாக மாற்றும் அழகைக் காண அனேகம் பெண்கள் வந்துவிட்டனர். வெள்ளகோவிலிலிருந்து தலைவாசல் வீட்டுக்கு ஓரம் பறைக்கு வந்திருந்த செல்வராணி வரை சொர்ணாத்தாளின் வீட்டுக்கு வந்தது வசதியாகப் போயிற்று. செல்வராணி தங்கள் வீட்டில் இந்த ஆட்டு மிசினுடன் ஓராண்டுப் பரிச்சயம் கொண்டிருந்தாள்.

"ஈரக் கையால சுச்சைத் தொட்டராதீங்க.." என்பதில் தொடங்கி உழக்கு உழக்காக செய்முறைகளை விளக்கி முதல் தவணை மாவை அரைத்து எடுத்துத் தந்தாள்.

புனிதவதி, "இனி சொரணாத்தக்காளுக்கு ஒரு கவலையுமில்ல" என்று கூறிச் சிரித்தாள்.

சொர்ணாத்தாளோ, "ஆமா. அடுப்பே எரியாமச் சோறு ஆயிரும்." என்று பதிலுரைத்துக்கொண்டே புனிதவதியின் நகைமிகு கழுத்தைப் பார்த்தாள்.

இரவு முழுக்க ஒரு ஆள் செய்யும் வேலையை, அது வெகு சீக்கிரமாகவும் சுலபமாகவும் முடித்துவிடக்கூடியது. கொஞ்சூண்டு கரன்டு செலவாகும். அது கொஞ்சம் மங்கலான இருட்டுப் பகுதியில் நின்றுகொண்டிருந்தது.

சந்தைக்கு வந்துவிட்டு கடைக்கு சாப்பிட வந்த வாழைத்தோட்ட சின்னச்சாமி கையில் டம்ளருடன், "அட... புதுசா சில்வர் அண்டா வந்திருக்குமாட்ட இருக்குதா?" என்று கிரைண்டர்ல் தண்ணி முகக்கப் போனார். தண்ணீர் இருக்கவேண்டிய இடத்தில் குழவி கிடக்கவும் திகைத்துப்போய் பிறகு சுதாரித்தார்.

"ம்... திரியில்லாம எரியற வெளக்கும் வந்தாச்சு, அம்மி நிக்க ஆட்டொரலு சுத்தற காலமும் வந்தாச்சு. கலி முத்திப்போச்சு" என்றவாறு பித்தளை அண்டாவை நோக்கி வந்தார்.

சொர்ணாத்தாளுக்கு வெகுநாட்கள் கரன்டுப் பயம் போகவேயில்லை. ஆகவே, எப்போது மாவாட்டினாலும் அருகிருந்து வழிகாட்ட அல்லது சுவிட்ச் ஆன், சுவிட்ச் ஆஃப் செய்ய ஒரு ஆள் வேண்டியிருந்தது. இதற்கு ஆள் தட்டில்லாமல் கிடைத்துத்தான் வந்தது. சமயங்களில் சொர்ணாத்தாளே எதிர்பாராத அளவு பெண்கள் குழுமிவிடுவார்கள். அவர்கள் மாவரைத்துக் கொண்டிருக்கிற இடமானது கடையின் டீ மேஜைக்கும், டீ குடிக்க வருகிறவர்களின் பார்வைக்கும் அப்பட்டமாகத் தெரிகிறமாதிரி அமைந்திருந்தது.

அவ்வப்போது ராமசாமி, "மொதல்லீலா ஒரு ஆள் இருந்தா, மாவு ரெடியாகிக்கிட்டு இருந்துது. இப்ப அஞ்சாறு ஆள் இல்லாம ஒண்ணும் ஆகறதில்ல" என்று முணுமுணுப்பார்.

இது வார்த்தை அளவில் சலிப்பைக் காட்டும் வசனம் என்றாலும் உற்றுக் கவனித்தால் உள்ளே ஒரு உற்சாக சமுத்திரத்தின் கரைப் பேரலை எல்லைகள் கடந்து தாவுவதை உணரலாம்.

கல்லாங்காட்டு ஐயன் இன்னும் ஒருபடி மேலே. மாவரைக்கிற நேரம் நெருங்கிவிட்டால், "ஏம்மா.. இன்னம் உங்க வளையல் கடை கூடலையா?" என்பார்.

வளையலரசிகள் கூடாமல் வசந்தமொன்றில்லை.

மிக எளிமையான திருமணங்களை நடத்துவதற்கு ஆதிமங்கலத்து மாரியம்மன் கோவில் உத்தம்மான இடங்களிலொன்று மாரியம்மனின் இடமும் வலமுமான பிரகாரப் பாதையில் பந்தி விரிக்கலாம். பஞ் சாயத்து ஆபீசில் சொல்லி கோவிலின் சிறிய டேங்குக்கு தீரத் தீர தண்ணீர் எடுத்துவிடலாம். குறிஞ்சி மண்டபத்தில் பெட்ரோமாக்ஸ் பொருத்திக்கொண்டு சீட்டாடலாம். கோயிலுக்கு முன்பு மண்வெளியில்

கர்ப் பாய்ந்த கருங்கற்கள், ஃ வடிவத்தில் அடுப்புக் கூடுவதற்கென்றே வெயில், மழை, பனி என எக்காலமும் காத்துக் கிடக்கும்.

மண்ணாங்காட்டுப் பதி ராசாத்தியின் திருமணத்தில் காலையில் இட்லி போடலாம் என முடிவெடுக்கப்பட்டபோது பெண்ணின் தகப்பனார் பழனியப்பன், ராமசாமியை அணுகி கிரைண்டர்ல மாவாட்டிக்கொள்ள அனுமதி பெற்றார்.

தாலிகட்டு முடிந்த மறுநாள், இரண்டு ரூபாய் பணத்தை நீட்டி, “நீங்க வேண்டாம்னுதே சொல்லுவீங்க. கரன்டுச் செலவுக்காவது நான் காசு தர்றதுதான மொற” என்றார்.

அதற்குப்பின் படிக்கு இருபது பைசா என்கிற கணக்கில் ஒரே வாரத்தில் அந்த மெசின் சம்பாதிக்க ஆரம்பித்துவிட்டது.

இப்படியான முறை வழக்கத்துக்கு வந்தபின், தயங்கித் தயங்கி சொர்ணாத்தாளிடம், “கொஞ்சூண்டு ஆட்டிக்கறேன்” என்று கேட்கிற அவசியம் இல்லாமல் போய்விட்டது.

மாவாட்டுவதற்கென்று கிழக்கு வளவில் இருந்து வரவேண்டி இருக்கிறது என்பதற்காகவே சாவித்திரி, கணவனிடம் போராடி கச்சித அளவில் ஒரு கிரைண்டர் வாங்கினாள். சாவித்திரிகள் எமனுடன் மட்டும் போராடுவதில்லை.

சாவித்திரியின் கணவன் வைத்தியலிங்கம் மிசினில் அரைபட்ட மாவிலிருந்து வார்க்கப்பட்ட தோசையை மென்ற இரண்டாம் கவளத்திலேயே, “என்ன இருந்தாலும் செக்குல ஆட்டறமாதிரி வரலீம்மா” என்றான்.

சாவித்திரி, “வராது... வராது” என்றாள். தேவையான அளவு இடைவெளி கொடுத்தாள். இது ‘தேவையான அளவு உப்புப் போடுவ திலிருந்து பெறப்பட்ட தொழில்நுட்பம். “இதுலயும் டிரம்முக்குள்ள இருக்கறதும் குழவியும் கல்லுதான் தெரியுமா?” என்றாள். மறுபடியும் இடைவெளி. எண்ணெயைக் கொதிக்கவிட்டு கடுகு தூவுவதற்கான இடைவெளி.

“உங்களுக்கு... உங்க நாக்குக்கு என்னையவே அடுப்புல போட்டு அவிச்சுக் குடுத்தாத்தான் சரியாக இருக்கும்.”

வைத்தி சாகசத்துக்குத் துணியவில்லை. இவளைத் தின்பதைவிட இவள் ஆக்கித்தருவதைத் தின்பது மேல் என்னும் முடிவினை எய்தினான். அன்றிலிருந்து வாப்பூட்டுத் திறப்பதில்லை.

சாவித்திரி, சிறிய கச்சித அளவில் கிரைண்டர் வாங்கியதன்மூலம் மாசச் சம்பளக்காரர்களின் மனைவியருக்கு ஞானத் தாயானாள்.

புற்று வளமுள்ள செம்மண் பரப்பில் காளான்கள் தோன்றுவதுபோல ஊரில் ஆங்காங்கே கிரைண்டர்கள் நின்ற இடத்தில் சுழல ஆரம்பித்தன. எட்டாவதாக ஒரு கிரைண்டர் வந்தபோது, மணிமேகலை உணவகத்தின் கிரைண்டருக்கு மோட்டாரின் ஆறாவது பெல்ட் அறுந்திருந்தது. ரிப்பேர் செய்ய முயற்சித்த காச்சாம்பாளைத்து ஃபிட்டர் மாரப்பன், “இது, இனி அவ்வளவுதானுங்க மாமா. பேரிச்சம்பழத்துக்குப் போட்டுட்டு புதுசு வாங்குங்க” என்று ராமசாமியிடம் கூறிவிட்டார்.

கடைகள் எண்ணிக்கை அதிகரித்ததில் இட்லி அரிசியின் அளவும் ஐந்து கிலோவாகக் குறைந்துபோயிருந்ததால், சின்ன சைஸ் கிரைண்டரே வாங்கப்பட்டது. போர்டு சுவிட்சும், சிவப்பாக விளக்கெரியும் கிரைண்டர் சுவிட்சும் இரண்டுமே போட்டிருக்கும் நிலையில்கூட, சொர்ணாத்தாள் இப்போது அதில் அரிசியைக் கொட்டி மாவாக அள்ளுவாள். ஈரம் சொடக்கும் சில நேரங்களில் டிரம்மைத் தொடும் விரல்வழியாக தோள்பட்டைவரை ஒரு ‘கிர்ர்ர்ர்’ அடிக்கும். அது அவளை ஒன்றும் செய்வதில்லை. கணவர் தோட்டம் போய்விட்ட நேரம் கல்லாவுக்கு எதிரில் உள்ள பெஞ்சில் அமர்ந்து எப்போதும் தூங்குவாள், அப்போதும் விழித்திருப்பாள்.

வடையா, போண்டாவா என்று கணவர் விவாதித்தால் போண்டாவைத் தேர்ந்தெடுக்கிறாள். அரைத்துவைத்த மாவுக்கும் அதிகமாக ஆட்கள் வந்துவிட்டால் அலட்டுவதுமில்லை, வருந்துவதுமில்லை.

நாலு எட்டு நடந்து சகாதேவன் கடையிலோ, சக்திவேல் கடையிலோ அரை, அரைக் கிலோவாக பிளாஸ்டிக் பேப்பரில் கட்டிப்போட்ட ஆயத்த அரிசி மாவு வாங்கிவருவாள்.

இப்போது, கரன்டு தேவையில்லை. கரண்டிபோதும். முதன் முதலாக வந்த கிரைண்டர், ஒரு உதிரிபாகம்கூட இப்போதங்கே காணக் கிடைப்பதில்லை.

பழைய செக்கு மட்டும் குழவியை இழந்துவிட்டு கடைக்கு வடக்குப்பக்கம், மேற்கே கால் பர்லாங் தள்ளி மிகச்சரியாக மதுக்கடைக்கு எதிரே வாதனா மரத்துக்குக்கீழே கிடக்கிறது. இனி வளரவேண்டிய அவசியமில்லை என நம்புகிற குடிகாரர்கள், அதன்மீது அமரவும் செய்வார்கள். பாட்டு சீரங்கன் மட்டும் அதை முதுகுக்கு அண்டக் கொடுத்து அந்தியும் அவனும் மயங்கிய வேளைகளில் கிறங்கிக் கிடந்து அவ்வப்போது பாடவும் செய்வான்.

‘ஆடிய ஆட்டமென்ன...’

•

துப்பாக்கி

ஆதிமங்கலத்துக்காரர்கள், முதலில் துப்பாக்கியைப் பார்த்தது சினிமா படங்களில்தான். அங்கப்ப முதலியார் சில காரணங்களால் கொட்டகையை மூடிவிட்டிருந்தார். சினிமா பார்க்கும் பழக்கம் தொற்றி விட்டதால் ஊர்க்காரர்கள் சின்ன தாராபுரமும் மூலனூரும் போய், படம் பார்த்து வந்தார்கள். அப்போதைய படங்களில் வில்லன்தரப்பு கதாநாயகன் யாருமே, துப்பாக்கி எதற்காக உருவானதோ அந்தக் காரியத்தை உருப்படியாகச் செய்ததில்லை. சட்டையின் கழுத்துக் காலர் பொத்தான் அளவுக்குக்கூட அதனால் உபயோகமில்லை. கடைசியில் வரும் போலீஸ்காரர்கள் 'ஹேண்ட்ஸ் அப்' கூறுவதற்குத் துணைப்பொருளாக துப்பாக்கி தூக்கிவந்தார்கள்.

ஆனாலும் அதன் விசேஷித்த கவர்ச்சி ஆழமாக மனங்களில் ஊடுருவிவிட்டதென்னவோ உண்மை. அவர்களுக்கு கண்ணால் காணக்கிடைத்தது நீளமாகக் குழல்வைத்த குருவி சுடும் துப்பாக்கிகளே. அவற்றையும் குண்டடிபட்ட முயல்களையும் தொங்கவிட்டுக் கொண்டு 'நரிக்குறவர்கள்' என அறியப்படுகிறவர்கள் அடிக்கடி ஊருக்குள் உலாவுவார்கள். குறிப்பாக, வெள்ளிக்கிழமை சந்தை என்பதால் அந்நாட்களில் அவர்களை அதிகம் பார்க்கலாம். அவர்கள் வாயிலாக காடை, கௌதாரி, புறா முதலிய இனங்கள் கறியுண்ணிகளுக்குக் கிடைத்து வந்தன. இதில் புறாக்கறியாகப்பட்டது

தசை நுகரும் கோமான்களால் விரும்பி வாங்கப்பட்டது. அப்படியான ஆட்கள் மூன்று, நான்குபேர் இருக்கும் இடத்தில் புறா விற்பனை ஒரு ஏலம் நடக்கும் தோற்றத்தைத் தந்துவிடும். நரிக்குறவர்கள் பலவண்ணப் பாசிகள் கோர்த்த மாலைகள் அணிந்திருப்பார்கள். அவர்களது

பாசிகளின் நிறங்கள் பெரும்பாலும் ராணுவப் பதக்கங்களில் என்னென்ன நிறங்கள் தென்படுமோ அவ்வளவையும் கொண்டிருக்கும். இது சுடுகிற தன்மையினால் நேர்ந்த ஒற்றுமையா என்பது தெரியவில்லை.

ஊரிலிருந்து ரங்கநாதனைத் தொடர்ந்து இரண்டாவதாக ராணுவத்துக்குப் போனது வடக்குத்தெரு ஜஸ்டின். ஒவ்வொரு தடவை ஊருக்கு வரும்போதும் ஊரார் ஆவலுடன், "உம்பட துப்பாக்கியக் காட்டுப்பா" எனக் கேட்பார்கள். அதற்கு ஜஸ்டின், "அதெல்லாம் ரிட்டயர் ஆகறப்பத்தான் கொடுப்பாங்க" என பதிலிறுப்பார். மிலிட்டரியில் இருந்தாலும் ஜஸ்டின் ஒருபொழுதும் துப்பாக்கியை யார் கண்ணுக்கும் காட்டியதில்லை. அவர் ஊராருக்குக் காட்டியது, ஜஸ்டின் பொன்னையா என்று கையெழுத்திட்டு தகப்பன் பெயரை தன் பெயருக்குப் பின்னால் எழுதலாம் என்கிற உண்மையைத்தான். அதனடிப்படையில் ஈஸ்வரன் வடிவேல், கிருஷ்ணன் கருப்புச்சாமி, நந்தகோபால் காத்தமுத்து இப்படிச் சிலர் உதயமானார்கள். ஜஸ்டின் விடுமுறைக்கு வரும்போது துப்பாக்கியைக் கொண்டுவரவில்லை என்றாலும், கவர்ச்சியிலும் காரியத்திலும் அதற்குச் சற்றும் குறைவில்லாத ஒரு ஐட்டத்தைக் கொண்டுவருவார். அது உலகம் நன்கறிந்ததே. ரம் பாட்டில்கள். அப்படியான ரம்முக்காக இரண்டு காரியங்கள் செய்யலாம். ராணுவத்திலேயே சேரலாம் அல்லது தேசத்தையே விற்கலாம்.

சேவைக்கால விடுமுறைகளில் ஜஸ்டின் ஒருதடவைகூட கிருஸ்துமஸ் சமயத்தில் ஊருக்கு வந்ததில்லை. அவர் வருவதெல்லாம் கோடைக்காலம் பார்த்துத்தான். மாரியம்மன் பண்டிகையின்போது வருகைபுரிந்து விழாவையொட்டி 'விஜய் கபாடிக் கழகம்' நடத்தும் போட்டியில் உள்ளூர் அணிக்காக ஆடுவார். எதிரணியில் மிலிட்டரிமேன் ஆடுகிறார் என்கிற தகவலின் உளவியல்சார்ந்த உறுதுணையால் ஏப்பசாப்பயான அணிகளுடன் விஜய்யின் வெற்றி எளிதாக இருந்தது. பொதுவாக, வெற்றிகள் எளிதானவையல்ல. அதிலும் சட்டபூர்வமான வெற்றிகள்!

ஊரின் முதலாவது சொந்தத் தயாரிப்பாக, மதியரசு தானே ஒரு துப்பாக்கியைத் தயாரித்தான். எட்டாவது முடித்துவிட்டு ஆறேழு வருடங்களாக உழவுகாட்டில் அலைந்துகொண்டிருந்தவன். சுயமான கருவிகள் கண்டுபிடிப்பதில் அவனது உள்மனம் தோய்ந்து வந்தது. அப்படியான பருவத்தில் குருவி சுடும் துப்பாக்கியைப் பார்த்து அதன்மீது மையலுற்றான். பிறகு கௌபீனமும் கழுத்துமணி மாலையுமாக வேட்டையாடிகள் வந்தபோதெல்லாம் அவர்களோடு சுற்றி டேராவும் போட்டான். அதன் பலனாக உருவானது ஒரு துப்பாக்கி. அதன் அடிப்பகுதி வேலாமரத்தின் கட்டையால் அமைந்திருந்தது. குழல் பகுதி தயாரிப்பில் அவனுக்கு உதவியது, பஞ்சாயத்து ஆபிசில் கேட்பாரற்றுக் கிடந்த தண்ணீர் பைப்.

மூலனூர் சுப்புசெட்டியார் கடையில் கெட்டிக்கும் பொடிகள் வாங்கினான். சிவன் சைக்கிள் ஷாப்பின் கொழிமண்ணில் விழுந்து கிடக்கும் பால்ரஸ் குண்டுகள் அவனுடைய துப்பாக்கியின் தோட்டாக்களாயின. அவனது கருவிக்கு இரண்டு அணில்கள், நான்கு முயல்கள், ஒரு செம்போத்து இவை பலியாகி முடிவதற்குள் அவனது புகழ் சுத்துப்பட்டு பதினெட்டு பட்டிகளிலும் பரவியது. பரவிநின்ற அது மூலனூர் காவல்நிலையத்தின் சுவரை தொட்டும் தொடாமலும் நின்றுகொண்டிருந்தது.

“டேய்... லைசென்ஸ் இல்லீனா எப்பனாலும் போலீஸ் புடிச்சுக்கும்” என எச்சரிக்கைகள் எழுந்தவண்ணமிருந்தன. மதி, யாரும் அறியாவண்ணம் தோட்டத்துச் சாலையின் ஈசானிய மூலை எறவாணத்தில் வறண்ட பனை ஓலைகளுக்கு மத்தியில் செருகிவைத்திருந்தான்.

செய்தி கேள்விப்பட்ட மதியின் அம்மாவுக்கு ஈரக்குலை பதறியது. காவல்துறையின் கனத்த கரங்கள் தன் மைந்தனை கசக்கிப் பிழிவதாக கனவுகள் கண்டு நடுச்சாமங்களில் விழித்தாள். ஒருநாள் தேடுதல் வேட்டையில் இறங்கி அந்தச் சனியனைக் கண்டுபிடித்தாள். வேலாங்கட்டையை அடுப்பில் போட்டாள். இரும்புக்குழாயை பொடக்காளி அடுப்புக்கு ஊதாங்குழல் ஆக்கினாள். ஒரு பிறவி மேதையின் படைப்புத்திறன் கருகியது இப்படியாகத்தான்.

மதியரசனின் துப்பாக்கி எரிந்துபோன மறுமாதமே உரிமம் பெற்ற துப்பாக்கி ஒன்று ஊருக்குள் வந்தது. பார்ப்பதற்கு குருவிசுடும் துப்பாக்கி போன்ற தோற்றத்தில் இருந்தாலும் அடிக்கட்டைப் பகுதி எடை கூடுதலாக இருப்பது போல காட்சியளித்தது. மாடிவீட்டு சோமு அரசாங்கத்துக்கு எழுதிப்போட்டு பல கிளியரன்ஸுகள், சான்றிதழ்கள் காட்டி அதை ஒருவழியாக வாங்கிவிட்டார்.

அலைச்சல் தாங்காத உளைச்சலில் ஒருநாள் சோமு, “இப்பத்தான் புரியுது. சண்டைன்னா ஏன் வேல்கம்பு, வெட்டருவாள்னு தூக்கறானுங்கன்னு...” என்றார்.

அதே காலகட்டத்தில் வாராந்திர மாதாந்திரப் பத்திரிகைகள் சிலவற்றில், ‘உரிமம் தேவைப்படாத துப்பாக்கி. உங்கள் தற்பாதுகாப்புக்கு. மலிவுவிலை. அறுபது தோட்டாக்கள் இலவசம்‘ என்பனபோன்ற விளம்பரங்களைப் பார்த்துவிட்டு, அதுவரை கேள்விப்பட்டேயிராத வட இந்திய நகரங்களின் விலாசங்களுக்குப் பணம் கட்டி, தலையூரான்வீட்டு செல்லமுத்து, தெற்கு வளவு அன்பரசன் ஆகியோர் ஏமாந்தனர். அவர்களுக்கு வந்த பார்சல்களிலிருந்து வட இந்தியாவிலும் செங்கற்கள் கிடைக்கும் என்பது நிரூபணமாயிற்று. சிந்து சமவெளி நாகரிகம் அவ்வளவு சீக்கிரம் அஸ்தமித்துவிடாது. கடைசியில் அவர்கள் காளியப்பன் கடையில் தீபாவளித் துப்பாக்கி வாங்கி கொள்ளுப்

பட்டாசை வைத்து கீழ்நோக்கி வெடிப்பதுதான் தங்களால் இயன்றது என்ற முடிவுக்கு வந்தனர்.

சோமுவின் வீட்டில் திருட வந்தவனுக்கு அங்கே துப்பாக்கி இருக்கும் உண்மை தெரிந்தும் இருக்கலாம், தெரியாமலும் இருக்கலாம். அர்த்த ராத்திரியில் அரவம் கேட்டுக் கண்விழித்த சோமு, "யார்ரா அது..." என்று சத்தம்போடவும், ஓடு பிரித்துக் கொண்டிருந்தவன் தடாபுடாவென இறங்கி வடக்கு நோக்கி ஓட ஆரம்பித்தான். அங்கிருந்து அரை பர்லாங் தூரத்துக்கு முன்னதாகவே கீழமேலாகப் போகும் கரூர் தாராபுரம் சாலை வருகிறது. அதைக் குறுக்காகக் கடந்தால் இரண்டு ஆள் உயர பள்ளத்தில் சேவகன் காடு வருகிறது.

துப்பாக்கி தூக்கிக்கொண்டு சோமு மின்னல் வேகத்தில் சாலைக்கு வந்துசேர்வதற்குள், ஆள் சேவகன் காட்டுக்குள் இறங்கிவிட்டான். டம் என்று ராத்திரியைக் கிழித்துக்கொண்டு சென்றது தோட்டா ஒலி. இரண்டாவது சத்தத்தை துப்பாக்கி துப்புவதற்குள் கையில் கம்பு, அரிவாள்களுடன் ஊர்க்காரர்கள் இருபதுபேர் சோமுவைச் சுற்றி நின்றனர். பழனிவேல் வேட்டியை மடித்துக்கொண்டு காட்டுக்குள் இறங்க எத்தனித்தான்.

சோமு, "வேண்டாம். இத நானே முடிச்சிடறேன்..." என்று தொடர்ந்து தோட்டாக்களை உமிழவிட்டார். வந்தவன் தப்பிவிட்டான்.

அடுத்தநாள் சேவகன் காட்டுப் புளியமரத்திலிருந்து வழக்கத்தினும் அதிகமாக புளியம்பழங்கள் உதிர்ந்திருப்பதை ஊரார் கண்டனர். நேமிநாதன், சோமுவுக்கு 'புலி வேட்டை' என்று பெயர் போட்டதுதான் அந்தச் சம்பவத்தால் விளைந்தது.

ஊரில் ஒரு மனிதனைக் குறிவைத்து சுட்ட சம்பவம், முதலும் கடைசியுமாக அதுதான்.

வெடத்தலாங்காட்டு நல்லமுத்து அய்யனுக்கு மகன்கள் இருவர். மூத்தவன் தர்மன். இரண்டாவதாக ஆண்பிள்ளை பிறந்ததும் பீமன் என்று பேர் வைக்கலாமா என யோசித்துவிட்டு பின்பு எண்ணத்தைக் கைவிட்டு அர்ஜுனன் என்று பேர் விட்டார். தருமனுக்கு முப்பத்தெட்டும் அர்ஜுனனுக்கு முப்பத்து நான்கும் நடக்கும்போது சொத்துத் தகராறு வந்தது.

அந்தத் தகராறின் உச்சகட்டக் காட்சி, கடைவீதி மொத்தமும் பார்க்கும்படியாக ஒரு மாலைப்பொழுதில் நடந்தது. இருவருக்கும் ஒரே தாயார் என்பதை மறந்து வார்த்தையாடினார்கள். கடைசியாக, தர்மன் டவுசர் பையிலிருந்து துப்பாக்கியை எடுத்தான். அர்ஜுனன் அம்பறாத்தூணியிலிருந்து அம்பை எடுப்பதுபோல முதுகுப்பக்கமிருந்து அரிவாளை எடுத்தான். துப்பாக்கியை தர்மன் நீட்டியதும்

அர்ஜுனன் கீழ்த்திசை நோக்கி ஓடத் துவங்கினான். துப்பாக்கியைத் தொங்கவிட்டவாறு தர்மன் துரத்தினான். ஆண்டிவேல் டெய்லர் கடைவரை ஓடிய அர்ஜுனன் நின்று சட்டெனத் திரும்பி, ''சுட்றா... சுட்றா...'' என நெஞ்சை நிமிர்த்திக்கொண்டு அரிவாளை ஓங்கியவாறு வந்தான். ஆண்டிவேல் பாய்ந்து அர்ஜுனனைப் பிடித்துக்கொள்ள, நாயக்கர் வீட்டு ராஜ்குமார் தர்மனைப் பிடித்துக்கொண்டு துப்பாக்கியைத் தட்டிவிட்டான். துப்பாக்கி தார்ச்சாலைக்கு வடக்குப்பக்கமாக மண்ணில் விழுந்தது.

சூரியன் மேற்கில் மறையுமுன் தர்மனும் அர்ஜுனனும் காணாமல்போனார்கள். இதன் உள்கட்டக் காட்சி, அந்த இரவு அவர்கள் வீட்டிலேயே நடந்தது. கதவுக்குப் பின்னால் நல்ல முத்தய்யனின் பத்தினி விசும்பிக்கொண்டிருந்தாள். பைசல்தாரர்கள் மூன்றுபேர் சுற்றியிருக்க, தர்மனும் அர்ஜுனனும் தலைதூக்காமல் அமர்ந்திருந்தனர். கனத்த அமைதி நிலவிய ஒரு நிமிடத்தின் மறுவிநாடியில், நல்லமுத்து இருந்த இடத்திலிருந்து எழுந்தோடிவந்து 'என்னக் கொல்லுங்கடா சண்டாளனுகளா!' என்று கதறிக்கொண்டு இரண்டு புதல்வர்களின் கால்களிலும் மாறிமாறி விழுந்தார். மூக்குடைந்து ரத்தம் வந்தது. பங்காளிச் சண்டை அந்தக் கணத்தில் முடிவுற்றது.

தெருவில் கைத்துப்பாக்கி கிடக்கும் செய்திகேட்டு மூலனூர் சப் இன்ஸ்பெக்டர் வந்து "எதுக்கும் இந்தக் கேஸுக்கு சர்க்கிள்தான் வரணும்' என்று கூறிவிட்டு துப்பாக்கியைச் சுற்றி மண்ணில் ஒரு வட்டம் வரைந்துவிட்டுப் போய்விட்டார்.

இரவு பத்தேமுக்கால் மணிக்குமேல் அதை வேடிக்கை பார்க்கக்கூட ஆளில்லை. குளிரில் விறைத்துச் செத்த ஒரு குயிலைப் போல மறுநாள் காலை எட்டு மணி வரையிலும் அது கிடந்தது.

போலீஸ் கேஸை பேசி முடித்தபின் நல்லமுத்து அய்யன் ஐம்பத்தியிரண்டு நாட்கள் உயிரோடு இருந்தார். தாவி வாஞ்சையுடன் மடியேறியமர்ந்த தன் பேரக்குஞ்சுகளிடம் ஒரு வார்த்தைகூடப் பேசவேயில்லை.

மனிதன் துப்பாக்கிகளினால் மட்டும் சாவதில்லை.

•

ஸ்டூடியோ

திரைப்படத்தை வரிசைகட்டி ஆட்கள் நின்று பார்ப்பதில் அதிசயம் எதுவுமில்லை. ஆனால், புகைப்படத்தைக்கூட அப்படி பார்க்கவைக்க முடியும் என்பதை நிரூபித்தவள் கிருஷ்ணவேணி. மாரியம்மன் கும்பாபிஷேகத்துக்கு வந்திருந்த தற்காலிக ஸ்டூடியோ கடையின்முன் வைத்திருந்த துள்ளிக்குதிக்கிற எம்.ஜி.ஆர்., வெள்ளிச் சிரிப்பு உதிர்க்கும் கே.ஆர்.விஜயா இருவரது படத்தையும் பார்த்து விட்டு, தானும் புகைப்படம் எடுத்துக்கொள்ள ஆசைப்பட்டு, தோழி சரசுவுடன் ஸ்டூடியோவுக்குள் போனாள் கிருஷ்ணவேணி.

போட்டோ பிடித்தல் பற்றிய பாட்டியின் பயமுறுத்தல்களை போட்டோக்காரனிடம் வினாவாக எழுப்பினாள் சரசு.

“படம் எடுத்துக்கிட்டா ஆயிசு குறைஞ்சிருமா?”

“அப்படியெல்லாம் குறையறமாதிரி இருந்தா எம்.ஜி.ஆரு... சிவாஜியும் என்னாகி இருப்பாங்க? படம் புடிக்கறம்னா புகழ் அதிகரிக்குதுனு அர்த்தம்.”

அவனது சாதுரியமான பேச்சில் தயக்கம் மறைந்து இருவரும் படமெடுத்துக் கொண்டனர். பவுடர் பூசவைத்து, தலையைத் திருத்தச் சொல்லி, பத்து நிமிடம் வேலை வாங்கிவிட்டு, படத்தை மட்டும் ஒரே நொடியில் எடுத்துவிட்டான். நீலப் படுதாவின்முன் நிற்கவைத்து, காமிராவின் கருப்பு மூடியைக் கழற்றி மாட்டினான். அதன்பிறகும் சிலைகளைப்போல புன்னகைத்து நின்றிருந்த பெண்களைப் பார்த்து, “அவ்வளவுதான்!” என்று சொன்னான்.

இருவருக்கும் ஏமாற்றமாய் இருந்தது. மனதைத் திடப்படுத்திக்கொண்டு, “படத்தைக் கொடுய்யா!” என்றனர்.

“திருவிழாவை சுத்திப் பாத்துட்டு அப்புறமா வாங்க, கழுவித் தாரேன்.”

“நாங்க உள்ளூர்தான். வீட்லயே போய்க் கழுவிக்கறோம்... நீ இப்பவே குடு!”

புளியும் தேங்காய் மஞ்சியும் கொண்டு காலம்காலமாகப் பாத்திரம் துலக்கிய, ரேகை மங்கிய கைகளோடு அந்தப் பெண்கள் திடமாகப் பேசினார்கள். போட்டோகிராபரோ, படம் கழுவுவது என்பது பாத்திரம் கழுவுவதுபோன்ற விவகாரமல்ல என்று விளக்கினான். முக்கியமாக, பாத்திரங்கள் வெளிச்சத்தில் கழுவப்படுகின்றன என்றும் படங்கள் இருட்டில் கழுவப்படுகின்றன என்றும் வித்தியாசத்தைத் தெரிவித்தான்.

இப்படியாக வந்தடைந்த படத்தைதான் கிருஷ்ணவேணி தன் வீட்டுக்கு வருவோர், வீதியில் போவோர் அனைவரையும் கூப்பிட்டுக் காட்டி மகிழ்ந்தாள். அவளது நச்சரிப்பு தாங்காமல் வரிசையாக அவள் வீட்டுக்கு வந்தவர்கள், புகைப்படத்தை பார்த்ததோடு, தாங்கள் பார்த்த களைப்பு தீர, கிருஷ்ணவேணியின் கையால் காபித் தண்ணியும் குடித்துவிட்டுப் போனார்கள். அதுவே திரைப்படமாய் இருந்திருப்பின், ஓடிய ஓட்டத்துக்கு மழைபெய்கிறாற்போல் அதிலும் குறுக்குவாட்டுக் கீறல்கள் விழுந்திருக்கும்.

இப்படியாக, அவளது படம் நாள்கணக்கில் ஓடிக்கொண்டு இருக்கையில், காமிராவும் ஸ்டாண்டுமாக ஊருக்குள் நுழைந்தான். ஈஸ்வரன். வாடகைக்கு இடம்பிடித்து ‘பாலாஜி ஸ்டூடியோ’ என்று பேர் வைத்துக் கடை போட்டான். ஸ்டூடியோவின் பெயரையும் அவனது பெயரையும் இணைத்து யோசித்தால் சைவ வைணவக் குழப்பம்வரும். சிவனுக்கு கழுத்தில் பாம்பு, விஷ்ணுவுக்கு கட்டிலாய் பாம்பு... பாம்புகள் படம் எடுக்கும் என்பதானரீதியில் ஈஸ்வரன் வைத்த ‘பாலாஜி ஸ்டூடியோ’வைப் புரிந்துகொள்ள வேண்டியதுதான்.

பெரும்பாலும், மக்களுக்குப் படமெடுத்துக் கொள்வதற்கான காரணகாரியங்கள் போதுமான அளவு அப்போது உருவாகியிருக்க வில்லை. அதற்காக, ஸ்டூடியோவில் ஈஸ்வரன் ஈ ஓட்டவும் இல்லை! ஈக்கள் ஒன்றும் முட்டாள்கள் அல்ல. டீக்கடை, பெட்டிக்கடை, மளிகைக்கடை என அவை வளமான பிரதேசத்தில் மட்டுமே அலைந்தன. காலையிலிருந்து காத்திருந்து யாராவது வருவார்களா என்று பார்த்துவிட்டு, ஏமாற்றம் அடைந்து, கடையைத் திறந்தே வைத்துவிட்டு டீக்கடைக்குப் போய்விடுவான். ‘படம் எடுப்பதால் ஏதேனும் நன்மை உண்டா?’ என டீக்கடையில் யாரும் வினவுகிறபோது, ஈஸ்வரனிடம் சரியான பதிலில்லை.

பணக்கார இடத்தில் 'பெண் வளைத்து கட்டியிருந்த ரகுநாதனைப் பார்த்து ஈஸ்வரன், "குடும்பமா வந்து ஒரு படம் எடுத்துக்கங்க" என்று வேண்டுகோள் வைத்தான். "நாளைக்கு வர்றேன்" என்று சம்மதித்துச் சென்ற ரகுநாதன், மறுநாள் வந்து, "அவ பயப்படுறாப்பா" என்றான். கிருஷ்ணவேணி, சரசுமாதிரி வீரப்பெண்கள் ஊருக்குள் மிக அரிதாக இருப்பதில் ஈஸ்வரன் நொந்துபோனான்.

ஒருநாள் டீக்கடையில் வைத்து பெரியசாமி, ஒரு மாநாட்டுக் கூட்டம் கூடியிருந்த நேரமாகப் பார்த்து ஈஸ்வரனிடம், "ஏந்தம்பி! போட்டோ புடிச்சா ரத்தம் உறைஞ்சுபோயிடும்னு சொல்றாங்களே, அது நிஜமா?" என்று கேட்டுவைத்தார். நிஜமாகவே அப்போது ஈஸ்வரனுக்கு ரத்தம் உறைந்துபோய்விட்டது. டீயை ஒரு மிடறு விழுங்கி சமநிலைக்கு வந்து, "அப்படியெல்லாம் இல்லீங்களே" என்றான்.

அருகிலிருந்த ஒருவர், "யோவ், இப்ப "எக்ஸ்ரே'னு ஒண்ணு வந்து எலும்பு நரம்பையெல்லாம் எந்த ஆபத்தும் இல்லாம படம் புடிக்குதாம்... இந்தக் காலத்துல போய் இப்படிப் பேசறியே?" என்று பெரியசாமியைப் பார்த்துச்சொல்லி, ஈஸ்வரனை ரட்சித்தார். இருந்தாலும் பெரியசாமி கொளுத்திப்போட்டது ஊருக்குள் வேகமாகப் பரவி, ஏற்கெனவே நசிந்திருக்கும் தன் தொழிலை முற்றிலுமாக முறித்துப் போட்டுவிடுமோ என்று பயந்த ஈஸ்வரன், உள்ளூர் டாக்டர் ரமணனைச் சென்று பார்த்து, "டாக்டர்! உங்ககிட்ட வர்றவங்ககிட்ட நீங்கதான் 'போட்டோ புடிச்சா பாதிப்பு இல்ல'னு சொல்லணும்" என்று கேட்டுக்கொண்டு, பெரியசாமி டீக்கடையில் கேட்ட கேள்வியையும் சொன்னான். டாக்டர் சிரித்தபடியே அவனது வேண்டுகோளை ஏற்றுக்கொண்டதுடன் தன்னிடம் வருபவர்களுக்கு பேச்சுவாக்கில் போட்டோ விளக்கம் கொடுக்கவும் செய்தார்.

அதன்பிறகு, மிக விரைவிலேயே ஈஸ்வரனுக்கு மலர்ச்சிக்காலம் தொடங்கியது. அதற்கு டாக்டர் மட்டும் காரணமல்ல... வேறு இரண்டு காரணங்களும் இருந்தன. முதலாவது, ஸ்டூடியோவின் வரவைத் தொடர்ந்த புதுமையாக அந்த ஊருக்குள் நுழைந்த வங்கி... அங்கே கடன் கொடுப்பதற்கு புகைப்படம் அவசியம் என்கிற நிலை. இரண்டாவது, திருமண வைபவங்களைப் படம் எடுப்பது கௌரவத்துக்கு உரிய செயல் என்று மக்கள் மனதில் தோற்றம் ஏற்படத் துவங்கியது. மண்டை மண்டையான விளக்குகளுடன் சென்று ஈஸ்வரன் படமெடுப்பது ஒரு 'ஜெகஜ்ஜோதி'யான விஷயமாகத் துவங்கியது.

ஒருதடவை பெரியசாமி வங்கியில் கடன் கேட்கவேண்டிய நிர்ப்பந்தம் வந்துவிட்டது. புகைப்படம் எடுத்துத் தருமாறு ஈஸ்வரனிடம் போய் நின்றார். ஈஸ்வரன், "உங்களைப் படம் எடுக்க முடியாதுங்க... ரத்தம் உறஞ்சு போகுமில்ல" என்று கோபமாகச் சொன்னான்.

தெய்வம்போலவே வார்த்தைகளும் நின்று கொல்லும் என பெரியசாமி உணர்ந்து, "ஏப்பா... எப்பவோ... ஒரு நா... சந்தேகமாத்தான் அப்படிக் கேட்டேன்? அதுக்குப் போய் கோச்சுக்கறயே..." என்றார்.

"உங்களுக்கு என் வேதனை புரியாதுங்க."

"அதெல்லாம் புரியும் தம்பி. மனுஷந்தானே நானும். கடனுக்குனு போய் நின்னப்பவே பாதி ரத்தம் உறஞ்சு போச்சு. இனிப் புதுசாவா உறையப் போகுது. நீ படம் எடுத்துக் குடுப்பா."

ஈஸ்வரன் பெரியசாமியை கையைப் பிடித்து இழுத்துச் சென்று சேரில் அமரவைத்து, படம் எடுத்துக் கொடுத்தான். அவர் காசு தந்தபோது, "நீங்க லோன் வாங்கிட்டுக்கூடத் தரலாம். ஒண்ணும் அவசரமில்ல" என்று வள்ளுவர் வாக்குப்படி 'அவர் நாண நன்னயம்' செய்தான்.

இவ்வாறாக, அவனது நற்பண்புகள் வாடிக்கையாளர் எண்ணிக்கையை மெதுவாக அதிகரிக்கச் செய்தன.

கல்யாண வீடுகளைச் சமாளிப்பதுதான் கஷ்டமான காரியமாக இருந்தது. வெள்ளைக்காரன் விட்டுச்சென்ற கலாசாரத்தை காப்பாற்ற வந்தவர்கள்போல, முகம் முழுக்க பவுடர் அப்பிய ஆண்களும் பெண்களும் குபீர் வெள்ளையில் திடீர் திடீரென காமிராமுன் தோன்றிப் பயமுறுத்தினர். ஃபிரேமுக்கு வெளியே நின்றுகொண்டு, படம் எடுக்கிற நேரம் சடாரெனத் துல்லியமாக காமிராமுன் பாய்கிறவர்களும் அநேகம் பேர்.

தான் எம்.ஜி.ஆராக ஆகமுடியாது என்பதை உணர்ந்த இளைஞர்கள்கூட எஸ்.எஸ்.ஆர்., முத்துராமனாகத் தங்களைப் பாவித்துக் கொண்டு ஸ்டைல் காட்டினார்கள்.

பெண்களின் வெட்கமோ பிரமாதம்! ஆனால், மஞ்சள் வேம்பும் மருதாணிச் சிவப்பும் நர்த்தனமிடும் கன்னங்களை வண்ணங்களாகப் படம்பிடிக்க அந்தக் காலத்துத் தொழில்நுட்பம் ஒத்துழைக்கவில்லை.

காசு கொஞ்சம் சேர்த்ததும் மூடி கழற்றுகிற காமிராவை விட்டுவிட்டு, ஃப்ளாஷ் காமிரா வாங்கினான் ஈஸ்வரன். வரி அடுக்குகள் தெரியும் அந்த ஃப்ளாஷ், சிறுவர்களுக்கு கற்கண்டை நினைப்பூட்டக்கூடியது. "ஸ்மைல் ப்ளீஸ்" என்று கூறிவிட்டு ஈஸ்வரன் படம் எடுப்பதை, ஊர்க்காரர்கள் ஒரு தனிக் கலையாகவே ரசிக்க ஆரம்பித்தார்கள்.

பின்னாளில் வண்ணப்படம் எடுப்பதில் புகழ்பெற்ற ஜோதிக்குமார், ஈஸ்வரனுக்கு உதவியாளனாகச் சேர்ந்தான். இருவருமாகச் சேர்ந்து படம்பிடிக்கச் செல்ல ஆரம்பித்தனர். பாலாஜி ஸ்டூடியோவுக்கு கல்யாண வீட்டில் ஏக மரியாதைதான். இந்த மரியாதை க.மு.-

க.பி. வகையைச் சேர்ந்தது. அதாவது கல்யாணத்துக்குமுன் - பின் என இரு வகைப்படும். முதலில் ஃப்ளாஷ் மின்னுவது போன்ற சிரிப்போடு அவனைப் படம் எடுக்க அழைப்பவர்கள், பிறகு காசு கொடுக்கும்போது ஃபிலிம் ரோலாய் இழுக்கடிப்பார்கள்.

ஒருதடவை ஸ்டூடியோவுக்கு வந்து புகைப்படம் எடுத்துக்கொண்ட ஒருவர், ஈஸ்வரன் என்ன, ஏது என யூகிக்கும் முன்னரே கண்டமேனிக்கு திட்டிவிட்டார். புகைப்படத்தைத் தூக்கி எறிந்து கடைசியாகக் கத்தினார்.

"என்ன படம் எடுத்து வச்சிருக்க? எங்க பரம்பரைலயே எவனுக்கும் கண்ணுல பூ விழுந்தது கிடையாதுடா."

படமெடுக்கையில் அவரது கண்ணுக்குள் விழுந்துவிட்ட ஒரு வெளிச்சப்புள்ளியே அவர் இப்படிக் கூப்பாடுபோடக் காரணம். படத்தை எடுத்துக்கொண்டு உள்ளே சென்று அந்த வெள்ளைப் புள்ளிக்கு கறுப்பு மை தொட்டான். புள்ளி போய்விட்டது. வந்தவர் ஒன்றும் பேசாமல் வாங்கிச்சென்றார். பிறகு இந்த 'டச்சிங்' வேலைகள் காரணமாக, நிஜமாகவே கண்ணில் பூ விழுந்தவர்களும் நல்விழி பெற்றனர். நரை விழுந்தவர்களையும் கருமுடி பெற வைத்தனர், ஈஸ்வரனும் ஜோதிக்குமாரும்.

ஊருக்குள் அதன்பிறகு இரண்டு ஸ்டூடியோக்கள் தோன்றியதும், அவர்கள் சுதாரிப்பதற்குள்ளாகவே நகரங்களுக்குப் படிக்கப்போன இளைஞர்கள் சிலர் கையில் காமிராக்களுடன் திரும்பியதும், களத்துமேட்டிலும் கல் மண்டபத்து வாசலிலும் நின்று தலைக்குத் தலை ஸ்டூடியோக்காரர்களாக மாறியதும் அடுத்தடுத்து நடந்த விஷயங்கள்.

இப்போது, ஆதிமங்கலத்துக்குள் போட்டோ பிடிப்பதுபற்றி அச்சமோ, தயக்கமோ யாருக்குமில்லை. அதேசமயம், போட்டோ என்பது எந்தவகையிலும் அவர்களுக்கு அதிசயமானதாகவும் இல்லை!

●

தொலைக்காட்சி

வெளிச்சப்புகையாக திரையில் படிந்து பிம்பங்களை அசையவிடும் திரைப்படம்போல இல்லாமல், டி.வி. மாறுபட்ட தன்மையோடு வந்துசேர்ந்தது. மின் மற்றும் விண் தொடர்புகள் கிடைத்ததும் உள் ஆழத்திலிருந்து அதில் உருவங்கள் எழுந்தன.

மேற்குவாசல் வீட்டு சம்பத், அண்டை வீட்டுக்காரர்களின் பொறாமையைச் சம்பாதித்தபடி டி.வி. பொட்டியை வாங்கிப் போட்டு, தனது வீட்டு மாடியில் விண் முட்டும் உயரத்துக்குக் குழாய் பதித்து, அதன் உச்சியில் மீன் முள் ஆன்டெனாவை பொருத்தினார். பதினைந்து வருடம் சிங்கப்பூரில் இருந்து 'வெள்ளி'களாய்ச் சம்பாதித்து ஊர் திரும்பி, எல்லா நாளும் ஏதாவது ஒருவகையில் ஊரார் வியக்க செலவழித்து வந்தார். திருவிழா, கபடிப் போட்டி நோட்டீஸ்களில் அடியில் 'நோட்டீஸ் அன்பளிப்பு, சிங்கை சம்பத்' என்று கட்டாயம் இடம்பெற்று வந்தது. கொடைக்கானல் 'கதிர் வாங்கித் தரும் மையம்' அப்போது செயல்படத் துவங்கிவிட்டதால், ஆதிமங்கலத்துக்கு ஒளியும் ஒலியும் ஒருசேரக் கிடைத்த அந்த நாளிலேயே, ஆன்டெனாவைத் திருப்பி, டி.வி. பட்டனையும் திருகிவிட்டால், இந்துமாக் கடல் கடந்து ஒளிபரப்பாகும் இலங்கை ரூபவாஹினியும் தெரிந்தது சம்பத் வீட்டில். இத்தன்மையைச் சொல்லியே, "வெளிநாட்டுல நடக்கறதுகூட தெரியுது பாரு. ரொம்ப பவர்ஃபுல் டி.வி." என்று சம்பத் பீற்றிக் கொள்வதுண்டு..

சம்பத் இருந்தால்தான் டி.வி. ஓடும்... டி.வி. ஓடினால் நிச்சயம் சம்பத் இருப்பார் என்கிற அளவுக்கு டி.வி.யில் சம்பத் ஒன்றினார்.

அதைத் தொட்டுத் துடைப்பதுகூட அவர்தான். அதற்கு கரன்ட் தரும் சுவிட்ச் போர்டைக்கூட யாரும் தொடக்கூடாது என்று அவர் கட்டளையிட்டுவிட்டதாலும், ஒரு தடவை அவசரமாகப் பாதியில் கிளம்பி சம்பத் வெளியில் சென்றுவிட்டதாலும், அவர் திரும்பி வரும்வரை ஒன்றே முக்கால் நாள், மூன்றே முக்கால் நாழிகையும் டி.வி. ஓயாமல் படம் இருந்தும் இல்லாமலும் ஓடிய கூத்தும் நடந்தது. பெட்டியின் மேற்புறம் 'ஆஃப் பாயில் போடலாம்' என்கிற அளவுக்குச் சூடேறிவிட்டது. அப்புறம்தான் தன் தந்தைக்கும் தாய்க்கும் டி.வி. போடுவது எப்படி என்று விளக்கினார்.

ஊர்க் கூட்டத்தை சம்பத்தின் வீட்டில் வைத்துவிட்டார்களோ என எண்ணும் அளவுக்கு கூட்டம் மெய்மறந்து அங்கே மொய்த்துக் கிடந்தது. முகமலர்ச்சியுடன், 'வருவோர் காண்க' என்று டி.வி. போட்டுக் காட்டிக்கொண்டிருந்தார். செய்தி நேரத்தில் மட்டும் அந்த இடம் கொஞ்சம் காத்தாட இருக்கும். ஒளியும் ஒலியும் நேரத்தில் கூட்டம் நெருக்கி, அத்தனைபேருக்கும் ஆக்ஸிஜனை சப்ளை செய்ய வாயு மண்டலமே திணறும்.

எல்லோரும் 'ஒளியும் ஒலியும்' சந்தோஷமாகப் பார்த்துக் கொண்டிருக்கையில், சம்பத்தின் அம்மா மட்டும் 'எப்போதடா ஒழியும்' என்று பார்த்துக்கொண்டிருப்பாள். கூட்டம் கலைந்து போனதும் முணுமுணுப்புடன் சீவக்கட்டையை எடுத்துப் பெருக்குவாள். "வெள்ளிக்கிழமையும் அதுவுமா வீட்டுக்கு வந்த வெனயப் பாரு" என்று முனகித் தள்ளுவாள். பீடித் துண்டுகள், பீடிகளின் நசிந்த கரித்தடங்கள், எச்சில் ஆகியவற்றையெல்லாம் அவள் பெருக்கித் தள்ளவேண்டிவந்தது.

இதில் ஞாயிற்றுக்கிழமைகளில் சம்பத்தின் நண்பர்களும் வெளியூர்க்காரர்கள் சிலரும் வருவதால், அந்த நாட்களில் ஃபில்டர் சிகரெட்டின் செம்மறி நிறப் பஞ்சுகளை பெருக்கி வெளியே கொட்டும் வேலையும் வாய்த்தது அவளுக்கு. இந்தத் தொல்லை தாங்காமலே சம்பத்துக்கு விரைந்து கல்யாணத்தை முடித்தாள்.

வந்தவள் பெயர் சித்ரா. அதன்பிறகு, புதன்கிழமைகளில் ஊரில் சில சிறிசுகள் பேசிக்கொண்டு போவதைக் கேட்கமுடியும். "ஹையா, சித்ராக்கா வீட்டுக்கு சித்ரஹார் பாக்கப் போறமே!"

மொழிவெறி கடந்து தமிழுக்குத் தந்த முக்கியத்துவத்தை இந்திக்கும் அளித்து, "தீவானா ப்யார் தில் ஜிந்தகி" என்று கீதங்கள் கேட்டு மகிழ்ந்தனர் ஊர்க்காரர்கள். திங்கட்கிழமைகளில் 'சித்ரமாலா' நிகழ்ச்சியில், ரூபாய் நோட்டில் உள்ள எல்லா மொழிகளிலும் பாட்டுப் போட்டு மகிழ்த்தியது தூர்தர்ஷன்.

கோடந்தூர் ராசாக் கோயிலுக்கு ஒரு கிடாவெட்டுக்கு சம்பத் சென்ற நாளில் அவரின் அப்பா சோமசுந்தரம், "ஏம்மா, இந்த டி.வியால கசகசனு கூட்டம் தாங்கமுடியல. பேசாம சினிமாக் கொட்டாய்மாதிரி நாமளும் டிக்கெட் போட்டுடுவோம். கூட்டமும் குறையும். நமக்கும் காசாச்சு. அதிகம் வேண்டாம், தலைக்கு எட்டணா வச்சுக்கலாம்" என்று மருமகளிடம் தெரிவித்தார்.

பேச்சின் நியாயத்தை உணர்ந்து 'மாமனாரின் காசு வெறி'க்கு பலியாகிவிட்டாள் சித்ரா.

போர்க்கால வேகத்தில் திட்டம் அமலாக்கத்துக்கு வந்து, அன்று சாயந்திரமே கூட்டம் குறைந்தது. அப்படியும் வசூல் ஒன்பது ரூபாய் ஆனது. இரவு எட்டு மணிக்கு பஸ்ஸிலிருந்து இறங்கிய சம்பத்துக்கு கடைவீதியிலேயே தகவல் தெரிந்து கொதித்துப் போனார். தர்மத்துக்குத் தலைகுனிவு என அவர் மனம் அரற்றியது. தர்மத்துக்கு நோட்டீஸ் அடித்து விநியோகித்து வளர்த்த தனது புகழை வெறும் எட்டணாவில் காலி செய்துவிட்டார்களே என்று வீட்டார் மீது கோபமாக வந்தது. குறிப்பாக சித்ராவின் மீது! 'இவளுக்குப் புத்தி எங்கே போச்சு?' என ஆங்காரம் வந்தது. அண்ட பகிரண்டமெல்லாம் நடுநடுங்க வீட்டுக்குள் நுழைந்த சம்பத், கோபத்தை எல்லார் போலவும் வெளிக்காட்டாமல் வித்தியாசப்படுத்த நினைத்து, முகத்தை சட்டென்று சாந்தமாக மாற்றிக் கொண்டார். பின்னே... ஞாயிறுகளில் வீ.பா.க.பொம்மன், ம.மீ.சு.பாண்டியன் போன்ற படங்கள் எல்லாம் பார்த்த பிறகும் நடிப்பு கைவரவில்லையென்றால் எப்படி?

"எவ்வளவும் மா வசூல்?'' என்று சித்ராவைப் பார்த்து சிரித்துக்கொண்டே கேட்டார்.

"ஒன்பது ரூபாய்ங்க!"

"சரி. அத அப்படியே எடுத்துக்கிட்டு... பொட்டியயும் தூக்கிக்கிட்டு புள்ளாக்கொணம் பாளையத்துக்குப் போய் உங்கப்பனோடவே இருந்துக்க. இனி, இந்த வூட்டு வாசப்படிய மிதிச்சீனா காலத் தரிச்சுப்புடுவேன்" என்றார் குரலை உயர்த்தாமலே.

கணவனின் கோபத்தில் நிலைகுலைந்துபோன சித்ரா, பக்கத்து வீடான சம்பத்தின் சித்தப்பா நன்மாறன் வீட்டுக்குச் சென்று முறையிட்டாள். அவர் எல்லாவற்றையும் கேட்டுக்கொண்டு முணுமுணுத்தார், "சங்குபுங்குனு ஆடறதை கூட்டத்தோட குந்திக்கிட்டு வாயைப் பொளந்து பாத்துக்கிட்டிருக்கறப்பவே நெனச்சேன். இப்படி ஏதாச்சும் ஆகும்னு. சரி வா!" என்று அழைத்துக் கொண்டுபோய் சம்பத்திடம் சமாதானம் செய்து வைத்து இணைத்தார்.

நன்மாறனுக்கு டி.வி. பொட்டிமீது ஏனோ ஆர்வமே வரவில்லை. பக்கத்து வீடாகவே இருந்தாலும், இங்கே வந்து டி.வியில் செய்திகூடப் பார்க்கமாட்டார். எப்போதாவது வந்து, செய்திக்குமுன்பு ஓர் உருண்டைச் சமாசாரம் இசையுடன் சுற்றிப் பின்வாங்குவதை மட்டும் வெறித்துப் பார்த்துவிட்டுப் போவார்.

'குறிஞ்சி' மண்டபத்தில் தனது நண்பர்களுடன் ஒருநாள் அமர்ந்திருந்தபோது, இதுபற்றி பேச்சு வந்தது. "ஏம்ப்பா, டி.வியில நியூஸுக்கு முன்னால சுத்தறது பூமி உருண்டதானே? பூமிய உருண்டைனு சொன்னதுக்கோசரம் முந்நூறு வருஷம் முன்னால் ஒருத்தனை கல்லால அடிச்சுக் கொன்னுட்டாங்களாமே. இந்த டி.விக்காரன் மட்டும் எப்பிடி தைரியமா காட்டுறான்?" என்றார் வேடிக்கையாக.

இந்திராகாந்தியின் இறுதிச்சடங்கை சம்பத் வீட்டு டி.வி.தான் ஊருக்குக் காட்டியது. கூட்டம் தாளமுடியாது பெருகியதால், டி.வி. தெருவில் வைக்கப்பட்டது. ஜவகரின் புதல்வி, சந்தனக் கட்டையில் எரிவதைக் கண்டு, ஊரே விம்மி வெடித்தது. ஆஸ்பத்திரி வாசம், ஆட்சி அதிகாரம் இரண்டையும் அடுத்தடுத்து அனுபவித்துவிட்டு எம்.ஜி.ஆர். இறந்துபோனபோது ஊருக்குள் ஐந்து வீடுகளில் டி.வி.க்கள் வந்திருந்தன. இதனால், ஊராரின் கண்ணீரை இந்த வீடுகள் சரிசமமாகப் பங்கிட்டு நனைத்தன.

பிறகு பஞ்சாயத்து டி.வியும் வேறு பல டி.வி.க்களும் வந்துவிட... சம்பத்தின் வீட்டில் கூட்டம் தானாக நின்றுபோய், அங்கே அந்தரங்க ஆனந்தம் நிலவியது. 'இடையில் ஏற்பட்ட தடங்கல்களுக்கு வருந்திக் கொண்டிருந்த சம்பத்தின் அம்மாவுக்குதான் இதில் அதிக ஆனந்தம்!'

'ஆதிமங்கலத்தில்' விஜய் கிரிக்கெட் கிளப்' தொடங்கப்பட்டதே, டி.வி. கிரிக்கெட் ஒளிபரப்பின் பாதிப்பில்தான். டி.வி.யும் கிரிக்கெட் டீமுமாக இரட்டை பாதிப்புகள் தாக்கியதில் ஊருக்குள் பல பையன்கள் ஃபெயிலானார்கள். சாயந்திரம் காத்தாட வாசலில் வந்து உட்கார்ந்து, பரஸ்பரம் குடும்பங்கள் பேசிக்கொள்வதெல்லாம் மெதுவாக குறைய ஆரம்பித்தது.

ஆண்கள் விளையாட்டும், ஒலியும் ஒளியும் பார்த்தார்களென்றால், பெண்கள் ராத்திரி பத்து மணியாகியும் விளக்கு அணைக்காமல் மொழிபெயர்ப்பு சீரியல் பார்க்கப் பழகிக்கொண்டார்கள். விளம்பர இடைவெளியிலேயே வேகமாகக் கறிகாய் நறுக்கி முடிக்கும் சாமர்த்தியமும் கைவரப் பெற்றனர்.

பொதுவாக, எல்லோரும் டி.வியால் பாதிக்கப்பட்டுக் கொண்டிருக்க, டி.வியைப் பார்க்கப்போன இடத்தில் ஒரு பெண்ணால் பாதிக்கப்பட்டான் சதீஷ். எப்பவும் எதிர்வீட்டு ஜன்னலையே பார்த்துப் பழக்கப்பட்ட

க.சீ.சிவகுமார்

ஜெகதீசனின் அன்புத் தம்பிதான் சதீஷ். ப்ளஸ்-டூவை நல்லவிதமாகப் படித்துக் கொண்டிருந்தான். கண்டகண்ட புத்தகங்களைப் படிக்காமல், 70 ஜி.எஸ்.எம். தாளில் அச்சிடப்பட்ட பாடப்புத்தகங்களை மட்டுமே படித்துக் கொண்டிருந்தான். 'மாவட்டத்திலேயே முதலாவது மாணவனாக வந்தாலும் வருவான்' என ஹெச்.எம். சொல்லிக் கொண்டிருந்தார். அவனை டாக்டர் ஆக்கிப் பார்த்துவிட அவனுடைய தந்தை கனா கண்டுகொண்டிருந்தார்.

அப்போதுதான் சம்பத் வீட்டுக்கு புத்தாண்டு விடுமுறையைக் கழிக்க சென்னையிலிருந்து கவிதா என்ற பெண் வந்திருந்தாள். சுடிதார் சுந்தரி. பெண்களின் நிலை உயரவேண்டும் என்று யாரும் அவளிடம் கூறமுடியாதபடிக்கு ஹைஹீல்ஸ் அணிந்திருந்தாள். சதீஷ் மையல் கொண்டு ராத்தூக்கம் தொலைத்தான். அவள் சென்னை மீளும்வரை தினந்தோறும் டி.வி. பார்க்கும் சாக்கில் சம்பத் வீட்டுக்குப்போய் அவளைப் பார்த்து அறிமுகமாகியிருந்தான் சதீஷ்.

எல்லோரும் டி.வி. திரையைப் பார்த்துக் கொண்டிருக்க, இவன் மட்டும் கவிதாவின் முகத்தில் கவிதை படித்தான். வீட்டுக்குத் திரும்பியபிறகும் பாடப்புத்தகங்களை மறந்துவிட்டு, டி.வி.யில் பார்த்த ஆடல்பாடல் காட்சிகளில் தன்னையும் கவிதாவையும் வைத்துக் கற்பனையில் மூழ்கினான். ஆண்டு முடிவில் பள்ளியில், அவன் நான்காவதாகத்தான் வந்தான். அவனைப் போட்டு அடித்து மிதித்த அப்பா, பிறகு ஆசைப்பட்டு வீட்டுக்கு கேபிள் கனெக்ஷன் இழுத்ததும், இப்போதெல்லாம் அவரே குடும்ப சங்கடங்களில் தன் மனதைப் போட்டு உழப்பிக்கொள்ளாமல், சின்னத்திரையின் சலனத்தில் தனது தொல்லைகளை மறப்பதும் கண்கொள்ளாத காட்சி.

'மச்சான், மாமன்' உறவு கொண்டாடியபடி எதிர்வீடு, பக்கத்து வீட்டோடு நெருக்கம் கொண்டாடியபடி பெரியதொரு குடும்பமாக இருந்த ஆதிமங்கலத்துக்காரர்கள், மெதுவாக தங்கள் வீட்டுக்குள்ளேயே அடுத்தவர் முகம் பார்க்கிற நேரங்கள் குறைந்து போனதே... அதுதான் காலத்தின் கோலம்.

•

சல்வார் கம்மீஸ்

பெண்களுக்கு பருவங்கள் ஏழு. உடை அணிவதில் நான்கே வகை. பூப்பெய்தும் வரை பாவாடை சட்டை. இவற்றின் நிறங்களில் அதிகம் விரும்பப்பட்டது, அம்மனுக்குச் சார்த்தும் உடைகளில் பாவிக்கும் நிறம். பூப்பெய்திய பிறகு பாவாடை தாவணி. பிறகு புடவை ரவிக்கை. கடைக்காலத்தில் ரவிக்கை இல்லாமல் போகும். பால்சுரந்த மார்புகள் வற்றிதொய்ந்த பருவத்தில் கால் சோர்ந்து கட்டிலில் கிடப்பார்கள். இடைப்பட்ட காலத்தில் இடைவந்தவன் கட்டையில் போனால், உடைகளில் வண்ணமும் நெற்றியில் திலகமும் தொலையும்.

உடையிலும் முடியிலும் பெரியமாற்றம் வராமலே கொஞ்ச காலம் இருந்தது. ஆனாலும் அவர்களை அழகு குன்றச் செய்துவிடக்கூடாது என்றே நித்தம் பூக்கள் மலர்ந்து வந்தன. எடுப்பாகத் தெரியவேண்டும் என்பதற்காகவே அவை கருப்பு நிறம் கொள்ளவேயில்லை.

தலையில் எண்ணெயும் பூவும் காணாத ஒருத்திதான் முதன் முதலாக ஊருக்குள் சல்வார் கம்மீஸுடன் வந்தாள். குதிரை வண்டியில் கணவனோடும், குழந்தைகள் இரண்டோடும் வந்தாள். வண்டி ஊருக்குள் நுழைந்தபோது மைனர் முத்துசாமி குதிரையையே பரிதாபமாகப் பார்த்தார். கடைசியாக ஊரில் அவர்தான் குதிரை வைத்திருந்தார். பைக்குகளோடு போட்டியிடும் குதிரை. அதை ஒட்டன்சத்திரம் குமாருக்கு சமீபத்தில் விற்றிருந்தார்.

வந்த குதிரையோ, கருப்புசாமி வண்ணாரின் கழுதைகள் எது ஒன்றையும்விட எடை குறைவானதாக இருந்தது. வண்டியில்

வந்தவர்கள் ஒரு முச்சந்தியைத் தேர்ந்தெடுத்தார்கள். வளையங்கள், மூங்கில்கள், கயிறு, அலுமினியத்தட்டு, பவானி ஜமுக்காளத்தின் அத்தனை நிறங்களையும் கொண்டிருக்கும் துணி இவற்றுடன் ஆரம்பமாகிவிட்டது. கழுத்துச் சால்வையை எடுத்து இடுப்பில் கட்டினாள்.

மூங்கில்களுக்குப் பக்கவாட்டில் முளையடித்த கயிற்றையே ககனவெளிப் பாலமாக மூங்கில்களுக்கு இடையில் இழுத்து, கழியொன்று கையில் தூக்கி ஆகாசத்தில் நடக்க ஆரம்பித்தாள். கழிக்கூத்து. கழைக்கூத்து. கணவன் கருமமே கண்ணாக கையிலுள்ள தோற்பறையைத் தட்டிக்கொண்டிருந்தான். தூங்குஞ் சிறுவனைத் தோளில் சார்த்தி அலுமினியத்தட்டை ஒரு கையிலேந்தி சிறுமி வளைய வந்துகொண்டிருந்தாள்.

தூங்கும் அவனைத்தவிர, குடும்பமே நுழைந்து வெளியேற வேண்டிய வளையமொன்று கலர்த்துணிமேல் கிடந்தது. அந்த வளையத்தின்மீது காசுகள் விழுகிறபோது 'டிங்' என்ற சுநாதம் எழுந்துகொண்டிருந்தது. அலுமினியத்தட்டில் மேக வளைவுகளுடன் நாணயங்கள் நகர்ந்தவிதமாக இருந்தன. சாகசமா, ஆட்டமா, இரத்தலா என எந்த இனம் என வகைக்கமுடியாதபடி இருந்தது அந்த நிகழ்ச்சி.

வண்டி கட்டிக்கொண்டு அவர்கள் ஊரைவிட்டுப் போகுமுன் வித்தைக்காரனைப் பார்த்து மைனர், "நீங்க சாப்பிடுறமாதிரி குதிரைக்கும் ஏதாச்சீ வாங்கிப் போடுங்க" என்றுகூறி ஐம்பது ரூபாய் கொடுத்துவிட்டார்.

அந்தப் பெண் உடுத்தியிருந்த உடை ஊர்ப்பெண்களின் நெஞ்சில் தங்கவேயில்லை. அதன் வண்ணமும் தோற்றமும் அவளுடனே காற்றில் கயிறேறி விண்ணில் கலந்தது போலிருந்தது. ஆண்களுக்கு அது நினைவிருந்தாலும் பொருட்படுத்தத் தக்கதாக இருக்கவில்லை. சரோஜாதேவி, கே.ஆர்.விஜயா போன்றவர்களை அம்மாதிரி உடைகளில் பார்த்துத்தான் இருக்கிறார்கள் சினிமாவில்.

ஆதிமங்கலத்தின் சராசரி வாழ்வின் கூட்டுமனத்திலிருந்து பார்த்தால், அவர்கள் நடிகையையும் ஏற்றுக்கொள்ள முடியாது; வித்தை காட்டுகிறவளையும் ஏற்றுக்கொள்ள முடியாது.

என்ன இருந்தாலும் பெண்கள் ஆண்களைப்போல முழுக்கால்சராய் உடுத்திவருவதை அவர்கள் கற்பனை செய்தே பார்த்திருக்கவில்லை. அவர்கள் தினந்தோறும் சந்தித்து வருகிற உடைகளில் இருந்து மாறுபட்ட உடைகளை பங்குனி மாதங்களில் காண்பார்கள். கரகாட்டக்காரிகள் வாயிலாக.

நந்தவனத்தார் தோட்டத்துக்கு மேற்குப் பக்கமாக மணல்பரப்பில் பங்குனி மாதத்து மாலைநேரங்கள் ஜெகஜ்ஜோதியாக இருக்கும். தோட்டத்துக்கு மேற்குப்பக்கமாக இருக்கிற வரிசையில் கிழக்கு நோக்கிய எட்டு வீடுகள் நந்தவனத்தார் வீட்டு வளவு என அழைக்கப்பட்டது. இதில் ஐந்து வீடுகள் ஒரே காம்பவுண்டுக்குள் இருக்கும். காம்பவுண்டின் தெற்கு ஓரத்தில் மரப்பெஞ்சி வைத்து அதன்மேல் மொடா மொடாவாக நீர்மோரும் பானகமும் வைத்து காவடிக்காரர்கள், கரகாட்டக்காரர்கள், காணவந்தவர்கள் அவ்வளவு பேருக்கும் வழங்குவார்கள். புளியும் கருப்பட்டியும் கலந்த கரைசலான அந்தப் பானகம்தான் உலகிலேயே சிறந்ததென பெரியகுளத்திலிருந்து ஆடவருகிற பானு கூறுவாள். அவள் 'சங்குப் பிள்ளைபுதூர்' காவடிக் குழுவினருடன் வருவாள். கரகாட்டம் ஆடவருகிற பெண்களில் தமிழ்ச்செல்வி பி.ஏ படித்தவள் என்கிற செய்தி பரவி அவளுக்குப் பின்தொடரும் பட்டாளம் ஆண்டு தவறாமல் அதிகரித்தது. மணலூரில் அவளது ஆட்டத்தை காண்பதில் தொடங்கி மொங்கநல்லாம் பாளையம், வெள்ளிக்கருக்க மேடு, நீலாங்காளி வலசு, பொருளூர் வரை ஆடுகிற இடம்வரை தொடர்ந்து போக பதினெட்டிலிருந்து முப்பது வயதுவரை ஆட்கள் இருந்தனர்.

பழனி அடிவாரம் வரையிலுமே சிலர் நடந்துவருகிற மாதிரி ரசிகர்களைப் பெற்றிருந்த ஆட்டக்காரி புதுக்கோட்டை திலகவதிதான். ஆட்டம், அங்கலாவண்யம், அசைவுகள்மூலம் புகழ் பெற்றிருந்த திலகவதி, கரகாட்டப் பெண்கள் அணிகிற வெள்ளைக்கலர் ஃபுல் டவுசர் அணிகிற வழக்கத்தை ஆரம்பத்திலேயே கைவிட்டிருந்தார். மன்னர் காலத் திரைப்படங்களில் எம்.ஜி.ஆரும் சிவாஜியும் அணிகிற இந்த வகை வெள்ளை ஃபுல்டவுசரை கரகமாடும் பெண்கள்தவிர கே.ஆர்.அம்பிகா, சுந்தரி நாடக செட்டுகளில் நடிக்கவரும் ராஜபார்ட்டுகளும் அணிந்தனர்.

பாவாடை தாவணியைத் தவிரவும் பிறவற்றை ஆண்களால் ரசிக்கமுடியும் என்பதற்கு கரகமே சாட்சி.

நீர்தெளித்த மண்பரப்பில் புழுதி கிளம்ப அவர்கள் ஆடிப்போன பின் இப்படியான உரையாடல்களை மறுநாள் கேட்க நேரலாம்.

"அவகூடவே போவேண்டீதான. நானுங்கிட்ட நிக்கைல அப்படியென்ன பார்வ?"

"சரி விடு. எப்பவோ ஒருநாத்தான. நீயுந்தே மயினருச் சங்கிலி போட்டுருந்தானுங்கறதுக்காக மோளம் அடிக்கறவனையே பாத்துக்கிட்டிருந்தே... நான் எதுங் கேட்டனா?"

பெங்களூர் காவடி வருகிறதென்றால் இளைஞர் கும்பல் எப்படியோ தகவல் பிடித்து எங்கெங்கோ இருந்தெல்லாம் வந்து சேருவர்.

அதில் வரும் இளம் பெண்கள், கரகாட்டக்காரிகள்பால் குவியும் கவனத்தை ஒளிச்சிதறல் செய்து விடும் பாங்கு படைத்தவர்கள். அவர்களில் சிலர் சல்வார் கம்மீஸ் அணிந்தவர்கள். தான் மறந்த தருணங்களில், பாதிரியாரின் இடைக்கயிறுபோல சால்வையை இடுப்பில் கட்டியிருப்பார்கள். அல்லது தீர்த்தச்செம்புக்கு சுமட்டு கூட்ட பயன்படுத்தியிருப்பார்கள். கண்டு கேட்டு உண்டுயிர்த்து உற்றறியும் ஐம்புலனும் சரணாக, இளைஞர்கள் அவர்களைப் பார்ப்பார்கள். இளைஞர்கள் எழுபது வயதுவரையிலும்கூட இருப்பார்கள் என்பது சனங்கள் அறிந்ததே.

மற்றபடி, பெங்களூரால் ஆண்டுக்கு ஐநூறு சரோஜாதேவிகளை தரையில் உற்பத்தி செய்யமுடியும்.

கோயமுத்தூருக்கு படிக்கப்போய் முதன்முதலாக அக்ரி ஆபீசரான ராஜேஸ்வரி, கல்லூரியிலும் கிராஸ்கட் ரோட்டிலும் சல்வார் கம்மீஸ் போட்டு நடந்தாலும், ஊருக்கு அதைக் கொண்டுவரவில்லை. மதுரைக்கு இன்பச்சுற்றுலா போன மல்லிகா மட்டும் ஒரு சல்வார் கம்மீஸ் வாங்கிவந்து ஒரே ஒருநாள் உடுத்தினாள். அப்புறம் தாயாரின் எதிர்ப்பு காரணமாக அதை உடுத்தமுடியாமல் போய் நீண்ட நாட்களுக்குப்பிறகு அது கரித்துணியாக மாறி சோறு வடிக்க உதவியது.

மல்லிகா அப்படி உடை அணிந்தால் பரவாயில்லை என்கிற கருத்தை அவளது பாட்டி மொழிந்தாள். இதில் ஆச்சரியப்படவோ ஆச்சரியப்படாமல் இருக்கவோ ஒரு உண்மை உள்ளது. மல்லிகாவின் பாட்டி அவளுடைய திருமணத்தின்போது லவுக்கை அணிந்திருக்கவில்லை. தனது மகளுடைய திருமணத்தின்போது லவுக்கை அணிந்தாள். அதன்மூலம் அவள் தனது இயல்பான வயதில் காட்சிதரவும் உணரப்படவும் ஊராருக்கு ஓரிராண்டுகள் அவகாசம் தேவையா யிருந்தது.

சல்வார் கம்மீஸ் ஊருக்குள் அணியப்படுவதற்கு வித்திட்டவள் சந்தியாகவுர். வடக்கே கோதுமைப் பிரதேசத்திலிருந்து மாவட்டத்துக்கு கலெக்டராக வந்தவள். “என்னப்பா கவுறு சணலுன்னெல்லாம் பேரு வைப்பாங்களா?” என கந்தசாமி சந்தேகம் கிளப்பினார்.

மாவட்ட கலெக்டர்கள் கிராமத்துக்கு வருவதற்கும், மாலை நான்கு மணிக்கும் ஏதாவது புரிபடாத சம்பந்தம் இருக்கவேண்டும். சந்தியாவும் நான்கு மணிக்கே வந்தாள். அவளுக்காக கிராமத்து மக்கள் மத்தியானப்பொழுதிலிருந்தே பஞ்சாயத்து அலுவலகத்துக்கு முன்னால் காத்திருந்தனர். காரில் இருந்து சாவகாசமாக இறங்கி பஞ்சாயத்து அலுவலகத்துக்கு முன்னால் பூத்துச் சரசரக்கும் காகிதப்பூக்களை வேடிக்கை பார்க்க ஆரம்பித்தாள். கிட்டத்தட்ட காகிதப்பூவின்

நிறத்திலேயே சல்வார் கம்மீஸ் அணிந்திருந்தாள். ஒரு சாட்டைக்குச்சி இருபது வருடங்களாக படிப்படியாக பெண்ணாக மாறினாற்போல இருந்தாள்.

வரவேற்க நின்றவர்கள், "கலைட்டர் அடுத்த காருல வருமாட்ட இருக்குது" என்று கந்தசாமி கூறவும், கலெக்டரை ஏற்கெனவே தாலூக்கா ஆபீசில் வைத்துப் பார்த்திருந்த காசி, "அடுத்த கார்லயும் வராது. அடுத்த பருவத்துலயும் வராது. இவுங்கதேங் கலெக்டரு" என்றார்.

சந்தியா தயங்கித்தயங்கி கிட்டே வந்த பெரியவர்களிடம் சரளமாக உரையாட ஆரம்பித்தாள். "இந்த ஊருல என்ன மெயின் தொழில்?" என்று கேட்டதில் 'தொழில்' என்பதை தமிழ்த்தாய் மூர்ச்சை அடையுமாறு தெளிவாக உச்சரித்தாள். 'ரபி பருவம்' போன்ற வார்த்தைகளை உபயோகப்படுத்தவில்லையே தவிர மகசூல், சாகுபடிபோன்ற ரேடியோ மொழிகளை அவள் உபயோகித்ததில் பதிலளிக்க சிரமப்பட்டனர்.

பஞ். அலுவலகத்தின் கிழக்கு ஓரத்தில் பூட்டப்பட்டுக் கிடக்கும் அறையைக் கைகாட்டி பஞ்சாயத்துத் தலைவரிடம், "நீங்க ஏன் ஐயா... இந்த இடத்துல நூலகம் வைக்க யோசிக்கக்கூடாது. எழுதிப்போடுங்க ஏற்பாடு பண்றேன்" என்றவள், ஊருக்குள் நடக்க ஆரம்பித்தாள்.

வழியில் பெண்களிடம் "தண்ணி நல்லா கிடைக்குதா?" என வினவினாள். குழந்தைகள், சிறுவர்களிடம் கதுப்புகளில் குழி தோன்றச் சிரித்தாள். கோட்டைக்கிணறை எட்டிப் பார்த்து அதில் தன் முகம் தெரியக்கண்டாள். திரும்ப பஞ்சாயத்து அலுவலகத்துக்கு வந்து உள்ளே நுழையாமலே வெளிக்கொடியில் ஒரு காகிதப் பூவைப் பறித்துக்கொண்டு கார் ஏறிப்போனாள்.

கலெக்டருடன் ஊர்முழுக்க நடந்திருந்த முத்துராமசாமி, அடுத்த வாரம் ஈரோடு போனபொழுது ஜவுளிக்கடைக்குள் நுழைந்து தன் மகளின் உருவ அமைப்பில் தென்பட்ட விற்பனைப் பெண்ணிடம், "உனக்கு கரெக்டா இருக்கறாப்புல நாலு செட்டு குடும்மா" என சல்வார் கம்மீஸ்கள் வாங்கிக்கொண்டு வந்து மகளிடம் தந்தார். அவள் அணிவதற்குத் தயக்கம் காட்டியபோது... "சும்மா போடும்மா... மத்தவங்களுக்கும் நமக்கும் வித்யாசம் வேண்டாமா?" எனக் கேட்டு, தனது சூட்கேஸ் தினங்களை நினைத்தவராக மனதுக்குள் சிரித்துக்கொண்டார்.

ஊரில் அப்போது சி.என்.அண்ணாதுரையின் கைப்பை மீது ஆண்களுக்கு மோகம் தழைத்திருந்த சமயம். கரூரும் கோயம்புத்தூரும் சென்று கடைகடையாகத் தேடி அதே மாதிரியான பை வாங்குவார்கள். அதற்கு இயலாதவர்கள், குறைந்த செலவில் பொடிமட்டை வாங்கிப் போடுவார்கள். அரவக்குறிச்சி, பள்ளபட்டி மட்டைகள் ரஹ்மானியா

ரத்தினம் வகை நெய்ப் பொடிகள் ஃபேமஸ் ஆக ஆரம்பித்ததும் அப்போதுதான்.

சென்னையிலிருந்து ஊருக்கு வரும்போதெல்லாம் முத்துராமசாமி ஒரு சூட்கேசுடன் வருவார். அவர் ஊருக்குள் நடந்து வருகிறபோது பஞ்சாயத்து ஆபீசுக்குள் பேசிக்கொண்டிருந்தவர்கள், தத்து மணியாரர் வீட்டுத் திண்ணையில் அமர்ந்து பேசிக்கொண்டிருந்தவர்கள் எல்லாம் வந்து எட்டி வெட்டிப் பார்ப்பார்கள். சூட்கேசுகள் எப்போதும் மர்மமானவைதான். அந்நாட்களில் சூட்கேசுக்குள் அவர் வைத்திருந்ததெல்லாம் கணேஷ் பீடிக்கட்டு, வெட்டும் புலி தீப்பெட்டி, அழுக்குச் சட்டைகள் மற்றும் கைலிகள்.

நவீன உடைகளின் வரவுக்கு பச்சைவிளக்கு ஒளிர ஆரம்பித்ததும், ஊரில் மாவிளக்குத் தூக்கும்போதும் மஞ்சத்தண்ணி ஆடும்போதும் இளம்பெண்கள் சல்வார் கம்மீஸ் அணிந்தனர். சுமதியைப் பார்க்க கல்லூரித் தோழியான பானு வந்திருந்தாள். உறவுக்காரர் வீடுகளுக்கு அழைத்துச்செல்வதன் ஒரு பகுதியாக ரத்ன சபாபதியின் வீட்டுக்கு இருவரும் வந்தனர். டி.வி.எஸ்.ஐம்பதில் இருவரும் தோட்டத்துக்கு போய்விட்டு வருகையில் சுமதியின் சால்வை எங்கோ பறந்துவிட்டது. ரத்ன சபாபதி மாமன் வீட்டில் விட்டுவிட்டு வந்திருப்போம் என்பது சுமதியின் எண்ணமாயிருந்தது. அவரிடம் வந்து, “மாமா... சாலைப் பாத்தீங்களா?” என வினவினாள். அவர், “வீட்டுக்குள்ளதான் இருக்குது. இல்லீனா அத்தையைக் கேளு” என்றார்.

வீட்டுக்குள் போய்விட்டு திரும்பிய சுமதியிடம், “ஏம்மா தண்ணி குடிச்சியா?” என்றார்.

“மாமா... சாலைக் காணாமுங்க மாமா”.

“என்னது... நாப்பது வருசமா இருந்த சால இப்பக் காணாம்... காலைலகூடப் பாத்தனே” என்று வீட்டுக்குள் நுழைந்து பார்த்தார். சால் இருந்தது. தண்ணீர்ச்சால்.

கோனேரிக்காட்டு இட்டேரி வழியில் கிடந்ததென சுமதியின் சால்வையை வஞ்சிமுப்பன் எடுத்துவந்து கொடுத்தார்.

நொச்சிக்காட்டுத் தோட்டம் விஸ்வநாதன் மைந்தர்களில் அண்ணன் ராஜசேகர், தம்பி தனசேகர். அண்ணனுக்குத் தம்பியும் தம்பிக்கு அண்ணனும் உயிருக்குயிராக இருப்பார்கள். ராஜசேகர், ஈஸ்வரி என்ற பெண்ணைப் பார்த்துவிட்டு வந்து தம்பியிடம், “டேய்... அவளுக்கு என் வயசே இருக்குமாட்ட இருக்குதடா. சிரிச்சா வயசு இன்னங் கூடித் தெரியுது” என்றான்.

தனசேகர் தான் போய்ப் பார்த்துவிட்டு வருவதாகக் கூறிச்

சென்றான். அவன் போனபோது மாப்பிள்ளைக்கு பைக் வாங்கித் தருவதாக திட்டமுண்டு என்று சொன்னார்கள். தனசேகருக்கு பைக் ஓட்ட ஆசையாயிருந்ததால் அந்தத் திருமணம் நடைபெற்றது.

திருமணம் முடிந்து ஓராண்டு கழிந்த நிலையில் தனசேகரனிடம் அவனது நண்பன், "எப்படிடா இந்தப் பொண்ண உங்க அண்ணனுக்குச் சொன்னே?" என்று கேட்டான்.

"வயசு கொஞ்சம் கூடன்னு அண்ணஞ் சொன்னான். ப்ச்... சல்வார் கம்மீஸ் ஒன்ன எடுத்துப் போட்டுவிட்டா நம்ம ஊர்ல இப்பத்தான் காலேஜ் முடிச்ச பொண்ணுன்னு நினைச்சுக்கப் போறானுக. ரெண்டாவது... சிரிச்சா வயசு கூடுதலாத் தெரியுதுன்னான். நம்ம குடும்பத்துக்கு வந்த பின்னாடி அவ சிரிக்கவா போறான்னு துணிஞ்சு கட்டச் சொல்லிட்டேன்."

●

செல்போன்

சதீஷுக்கு டாக்டர் ஆகும் வாய்ப்பு பறிபோனாலும் திறமையான கம்ப்யூட்டர் விற்பன்னனாக உருவாகி, சென்னையில் நல்ல கம்பெனியில் வேலை கிடைத்து முப்பதாயிரம் ரூபாய்ச் சம்பளக்காரன் ஆனான். ரூம் வாடகை கொடுப்பதைவிட முக்கியமான காரியம் என நினைத்து முதலில் செல்போன் வாங்கினான்.

மூன்று நாள் விடுமுறையில் அவன் செல்போனும் கையுமாக ஊருக்கு வந்தபோது, 'டவர்' வேறு கிடைத்துவிட தெருத் தவறாமல் செல்பேசி அலைந்துகொண்டிருந்தான். வீட்டுக் கூரைமீதமர்ந்து பேசவில்லையே தவிர கொடிக்கம்பம், ஒரு பாலம், பஞ்சாயத்து ஆபீஸ் சிமென்ட் பெஞ்சு அவ்வளவிலும் அமர்ந்து பேசினான்.

பெரிய வீதியில் கிழக்கிலிருந்து மேற்காக அவன் பேசிக்கொண்டு வருவதை குறிஞ்சியில் இருந்து பெரியசாமி பார்த்தார். குறிஞ்சி என்ற அந்த மண்டபத்தின் தன்மையே உலகை விதவிதமான கோணத்தில் பார்க்கச் செய்வதுதான். குறிஞ்சியின் குளிர்ச்சியும் பெரியசாமியின் மூளைச் செயல்பாடும் ஒன்றாக இணைந்தால் கேட்கவா வேண்டும். அருகிலிருந்த நன்மாறனிடம் தன் ஆச்சரியத்தைத் தெரிவித்தார்.

"ஏய்யா.. இந்த ஜகதீசன் தம்பி சதீஷ் என்னமோ மெட்ராஸ்ல போய் நல்ல வேலைல இருந்தான்னு பேசிக்கிட்டிருந்தாங்க. அவனென்னமோ கிறுக்கெழும்பிப் போய் தனியாப் பேசிக்கிட்டு வாறானேய்யா!"

அவர்கள் இருவரும் சதீஷைப் பார்த்துக் கொண்டிருக்கையில் போஸ்ட் மாஸ்டர் செல்வராஜ் குறிஞ்சிக்கு வந்தார். சதீஷ் குறிஞ் சியைக் கடந்ததும், பெரியசாமி அடுத்த கேள்வியைப் போட்டார்.

“தனியாப் பேசிக்கிட்டுப் போறதுமில்லாம கைல மோரீஸ் வாழைப் பழமாட்டம் எதயோ புடிச்சுக்கிட்டுப் போறானப்பா!”

செல்வராஜ் குறுக்கிட்டு, “அது செல்போன். டெலிபோன் மாதிரியே பேசறதுக்குக் கண்டுபுடிச்சிருக்காங்க.”

“ஏன், அடக்க ஒடுக்கமா வீட்டுல உக்காந்து பேசமாட்டானுகளா?”

“வீட்டுல உக்காந்து பேசறதுனா டெலிபோனே போதுமே, இது எதுக்கு!” பெரியசாமி விவாத முடிவில் செல்போனை ஜீரணித்துக் கொண்டார். ஆனால், ஒரு தடவை சதீஷின் அப்பாதான் செல்போனால் மிரண்டுவிட்டார். சதீஷின் அப்பாவைப் பார்க்க, அவனுடன் சென்னையிலிருக்கும் நண்பன் வந்திருந்தான். அப்போது, ‘சதீஷ் எப்படி இருக்கார்?’ என்று வினவினார். நண்பன் எதுவும் பேசாமல் டமடமவென சதீஷின் நம்பரை அடித்து டயல் டோன் வருகிறதா என்றுகூடக் கவனியாது சதீஷின் அப்பா கையில் கொடுத்துவிட்டான்.

அவர் அதை வாங்கிக் காதில்வைத்துப் பார்த்துவிட்டு பேயறைந்தவர்போல முகத்தை வைத்துக்கொண்டு செல்போனைத் திருப்பித்தந்தார். “என்னப்பா, ஏதோ பொம்பளைக் குரல் வந்து ‘தொடர்புகிடர்புனு சொல்லுது. என்னமோ போங்க... நீங்க மெட்ராஸ்ல கண்ணுங்கருத்துமா இருந்தால் சரி. இல்லீனா கெட்டுத் தட்டழிஞ்சு போயிருவீங்க” என்று மெதுவான குரலில் எச்சரித்தார்.

அவர் எச்சரிக்கிற அளவுக்கு இல்லையென்றாலும், சதீஷும் சென்னை நண்பர்களும் கிராமத்துக்கு வரும்போதெல்லாம் இரவுகள் ஒரு மார்க்கமாகத்தான் இருந்தன. தோட்டத்து புளிய மரத்தடியில், நான்கைந்துபேர் கூட்டாக குடிக்கத் தொடங்க... சம்பளத்தில் கால்வாசியைக் காலிசெய்யும் ஏற்பாடுகள் அப்போது ஜரூராக நடக்கும். இரவு வானத்தை சாட்சிவைத்து, ஒரு தடவை இரவு பத்தே முக்காலிலிருந்து பதினொன்றேகால் வரை நண்பன் செல்போன் பேசுவதைப் பார்த்துவிட்டு சதீஷ், குடி மிகையிலும், “இவ்வளவு நேரமெல்லாம் பேசக்கூடாது. காசு எவ்வளவு செலவாகும்னு யோசிச்சியா...” என்று பதினொன்றரை வரை அட்வைஸ்களை வழங்கவும், நண்பன் ஃபிரிஜ்ஜில் வைத்த பீரைவிட கூலாகப் பதில் சொன்னான்: “எல்லாஞ் சரிதான் மாமே! இந்நேரம் வரைக்கும் நான் உன் செல்ல எடுத்துதாண்டா பேசிக்கிட்டிருந்தேன். அதக் கவுனிச்சியா?” என்று ஒரே பதிலில் சதீஷின் மப்பைத் தெளியவைத்தான்.

ஒருமுறை சென்னையிலிருந்து ஆதிமங்கலம் செல்வதற்காக கோயம்பேடு பேருந்து நிறுத்தத்துக்கு ‘விவேகம் டிராவல்ஸ்’ நோக்கிப் போன சதீஷ், அங்கே கவிதாவைக் கண்டான். ப்ளஸ்-டு படிக்கும்போது அவனது மதிப்பெண்கள் குறையக் காரணமாயிருந்த ‘மதி’ப் பெண். வளர்பிறை அழகோடு மிளிரவே அருளப்பட்டவள் போல அழகில்

அரை டன்னும் எடையில் அஞ்சு கிலோவும் கூடியிருந்தவள், புடவையில் இருந்தாள். அந்தக் கணம், காதல் மிகுந்துவிட்டது சதீஷுக்கு. அருகில் போய் இயல்பாகப் பேசி செல்போன் நம்பரைக் கேட்டு தனது செல்லில் பதிந்துகொண்டு 'ஐ'ல் கால் யூ பேக்' என்று ஓடிப்போய் பஸ் ஏறினான்.

அடுத்த நாள் அவன் தொடர்பு கொண்டிருந்தால், அது காதலாகப் பரிணமித்திருக்கக்கூடும். காலையில் வீடு சென்றவன் ஏதோ ஒரு நண்பனின் செல் அழைப்புக்கு பதில் சொல்லிக்கொண்டே பாத்ரூமுக்குள் நுழைந்தவன், பேசி முடித்து சன்னல் விளிம்பில் 'செல்' லை வைத்துவிட்டு பாத்ரூம் போய் திரும்பிவிட்டான். அவனது வருமானச் செழுமையாலும் ஜகதீசனின் சம்பாத்தியத்தாலும் ஷவர் உள்ளிட்ட வசதிகொண்ட பாத்ரூம் அது.

சதீஷை அடுத்து உள்ளே நுழைந்த அண்ணன் ஜகதீசனுக்கு அன்று ஷவரில் குளிக்கத் தோன்றியது. முகத்துக்கு மட்டும் ஷவரில் நனைந்துகொண்டே சோப் போடவும் பிடிக்கும் அவனுக்கு (உபயம்: இந்தி நடிகை ப்ரீத்தி ஜிந்தாவின் சோப்பு விளம்பரக் காட்சி) முதல் சுற்றில் நீர் வார்ப்பு முடிந்ததும் லிரில் சோப்பை உத்தேசித்து ஜன்னல் பக்கமாகக் கை நீட்டினவன் 'சதீஷ் வைத்துவிட்டுப் போன' செல்போனை எடுத்து முகத்தருகே கொண்டுபோனான்.

அதன் உலோக வழவழப்பு கைகளால் உணரப்பட, பயந்து அதை உதறி வீசினான். செல்போன் விழுந்து விரிசலுற்று நீர் சுழித்தோடும் துவாரத்தருகே தலைவைத்துக் கிடந்தது. மரணவிபத்து. இனி அதற்கு கோபுரங்களால் பயனில்லை. ஏராளமான எண்களும்... கனிவர்க்கம் என எண்ணியிருந்த கவிதாவின் எண்ணும் நீரில் கரைந்துபோனது. ஜகதீஷ் துண்டை கட்டிக்கொண்டு வந்து, சதீஷைத் திட்டினான். "முண்டம்! எதை எங்கே வைக்கிறதுனு விவரம் வேண்டாமா?" கூட்டில் உயிரில்லாமல் அலைந்துவிட்டு சென்னை வந்தான் 'செல்வன் சதீஷ். பகீரத முயற்சிகளுக்குப் பின்பு அவனுக்கு கவிதாவின் செல் நம்பர் கிடைப்பதற்கு ஒரு வாரம் முன்பே அவளுக்கும் திருமணம் முடிந்திருந்தது. இந்த உண்மை தெரியாமல்தான் அவன் பலமுறை கவிதாவுக்குப் பேச முயன்றதும்.

அவன் கவிதா பெண்ணுக்கு டயல் அடித்தபோதெல்லாம் பின்வரும் பதில்களையே பெற்றவனாயிருந்தான்.

"நீங்கள் டயல் செய்த வாடிக்கையாளர் எண், தற்சமயம் சுவிட்ச் ஆஃப் செய்யப்பட்டுள்ளது. தயவுசெய்து சிறிதுநேரம் கழித்துத் தொடர்புகொள்ளவும்."

●